यक्षांच्या सावल्या

उमेश देवकर

Copyright © Umesh Deokar
All Rights Reserved.

This book has been published with all efforts taken to make the material error-free after the consent of the author. However, the author and the publisher do not assume and hereby disclaim any liability to any party for any loss, damage, or disruption caused by errors or omissions, whether such errors or omissions result from negligence, accident, or any other cause.

While every effort has been made to avoid any mistake or omission, this publication is being sold on the condition and understanding that neither the author nor the publishers or printers would be liable in any manner to any person by reason of any mistake or omission in this publication or for any action taken or omitted to be taken or advice rendered or accepted on the basis of this work. For any defect in printing or binding the publishers will be liable only to replace the defective copy by another copy of this work then available.

ज्यांच्या कवितेत आकंठ बुडून जावं असं वाटतं..

ज्यांच्या शब्दांच्या सावलीत

आपल्याही शब्दांचे, भावनांचे,

छोटे छोटे इमले बांधावे असं वाटत राहतं..

त्या प्रिय

.

ग्रेस

शांताबाई आणि

गुलजार साहब

.

यांना मन:पूर्वक समर्पित.

अनुक्रमणिका

प्रस्तावना. xvii

नांदी xix

दुपारच्या सावल्या

1. साकडं 3
2. लोकर 4
3. कॉन्ट्रॅक्ट 6
4. नव्यानं जोडुया का? 8
5. माणुसकी 10
6. यक्षांच्या सावल्या 12
7. शिळ्या भाकरीचा तुकडा 14
8. हरकत नाही. 16
9. उसनं पुण्य 17
10. प्रश्न आणि उत्तरं 18
11. नियम बदललेत. 20
12. प्राकृत व्हा.. 21
13. स्वस्त आहात. 22
14. गाव 23
15. तुम्हीच सांगा 24
16. मी हत्ती होऊ का? 25
17. परीस 27
18. तुला समजलं नाही. 28
19. हत्ती आणि मुंगी 30

• v •

अनुक्रमणिका

20. म्हातारा..	32
21. प्लिज यक्षा..	34
22. तू तेव्हा..	36
23. पेटंट	37
24. गळ आणि मासा	39
25. चोवीस कॅरेट	41

रात्र सावल्या

26. यक्षुकी	45
27. काय नाय केलं?	47
28. एसी आणि पंखे	49
29. विश्वसंदेश	51
30. तुम्ही कधी असं केलंय का..?	53
31. आणखी एक प्रश्न	55
32. तुमचं काय..?	56
33. लौसट आणि गोरख्या	58
34. आवडती विषकन्या	59
35. बघ एकदा असं करून..	61
36. देशील ना उत्तरं..	63
37. गुपितं	65
38. कुंपणं	67
39. भोक	69
40. भविष्य	71

अनुक्रमणिका

41. निसर्गाची करणी	72
42. ममतेची खाण.	73
43. जलपरीची वाट बघत	74
44. उष्ण कातळावर..	76
45. गुलाबी मोती	78
46. आशेला जागा आहे.	79
47. पिंजरा तोडूया ना..	81
48. अदृश्य बासरी	83
49. जलपरीच्या खडकावर	85
50. मनगटं घट्ट झालीत.	87

संध्या छाया

51. नागमणी	91
52. पीडा	92
53. वाघिणीचं दूध	94
54. वेळ	96
55. घामाच्या थेंबातून..	97
56. कालचा दिस..	98
57. गांधारी	99
58. खिसे कापू नका..	101
59. पाहुणचार	102
60. घरट्यातली सोनेरी अंडी.	104
61. दगडाची उशी	106

अनुक्रमणिका

62. साठीतली दुखणी	107
63. काय करू?	109
64. देव	110
65. पैसा असेल तर..	112
66. उगीच चाललो..	114
67. निरागस	116
68. ती बघ ती..	118
69. किरकिर	119
70. व्हिस्की आणि स्कॉच	120
71. राजकीय बाहुल्या	122
72. शिकारी आणि हरणं	123
73. बोरं आणि पोरं	124
74. अश्वमेध	125
75. समुद्र होण्यासाठी..	127

सोनेरी सावल्या

76. दहातोंडी रावण	131
77. षडयंत्र	132
78. कुणाचे आहे..?	133
79. उघडा आनी नागडा	134
80. दिवट्या दिवट्या नाचू दे.	135
81. जखमा तर होतातच ना..	137
82. आभाळाएवढा माणूस.	138

अनुक्रमणिका

83. ढगांच्या वर	140
84. काळा कातूळ फुटायचा न्हाय.	142
85. एक जीव दोन ठाय.	143
86. सात घोडे चौदा पाय.	145
87. ब्र शब्द नको.	146
88. सुळावरची पोळी	148
89. उन्हाच्या झळा	150
90. अश्वत्थामा.	151
91. कधी होईल मुक्त?	153
92. तुझी जखम उघडी आहे.	154
93. एक अनामिक वाट.	156
94. दगड दगड	158
95. फायर	160
96. हॅन्डस अप.	161
97. थँक गॉड.. नाहीतर...?	162
98. भंडारा	163
99. काचेची घरं.	165
100. यक्षांच्या कविता.	167

यक्षांच्या सावल्या

101. यत्र तत्र सर्वत्र..	171

विजनामधले पडके देऊळ
ओशट ओला तो गाभारा
काळोखातील शिवलिंगावर
अभिषेकाची अखंड धारा

शांता शेळके

यक्षांच्या सावल्या

.

(काव्यसंग्रह)

.

उमेश देवकर

कव्हर सेटअप

.

विजय पोवार
वैभवी ग्राफिक्स

प्रस्तावना.

'कालिंदीच्या डोहात' नंतर लगेच लिहलेला
हा माझा दुसरा काव्यसंग्रह.
काहीतरी अजून शिल्लक आहे, ते आतून बाहेर येण्यासाठी
डोकावतय,
म्हणून लिहलेला.

.

दुसरं पाऊल पहिल्या पाऊलापेक्षा अधिक सक्षम पडलंय कि
जास्त अडखळय,
हेच मुळी समजेना.
पण वेगळं पडलंय हे मात्र नक्की.

.

काव्याच्या शास्त्रीय व्याख्या वगैरे गोष्टीत ना अडकून पडता,
उत्स्फूर्तपणे लिहलं गेलंय.

.

मला वाटतं हे एक स्फुरण आहे.
सोप्या शब्दात आलेलं आणि काहीतरी महत्वपूर्ण सांगणारं.
तुमच्यापर्यंत पोहचवतोय. गोड मानून घ्या.

.

उमेश देवकर

नांदी

'यक्षांच्या सावल्या'..

.

हे एक स्फुरण आहे.
आतून आलेलं.. सहज.

.

त्यात लयबद्धता, तालबद्धतेचं तितकंसं भान नाही.

.

लयबद्धता, तालबद्धता महत्वाची आहेच.
पण ती असेल तरच काव्य.. आणि नसेल तर नाही.. यावर
माझा विश्वास नाही.
एका विशिष्ठ पद्धतीनं शब्दांची रचना केली तरच काव्य, हे
ही पटत नाही.
प्रत्येक रचनेत काव्य सामावलेलं आहे, यावर माझा विश्वास
आहे. तुमचाही असेल.

.

हे असंच काही तरी आहे.

.

उमेश देवकर

नको आता ते भंडारे, जत्रा, उत्सव अन यात्रा..
पुरती पडेना आता कुठलीच मात्रा
नकोच त्या आता जादूच्या बाहुल्या..
कुठेतरी मिळाव्यात यक्षांच्या सावल्या..

दुपारच्या सावल्या

1. साकडं

हिमनद्याही गोठून गेल्यात..
उष्णनद्या कोरड्या झाल्यात..
दूर चंद्रावरून एक ओहोळ खाली आलाय..
माझ्या अंगणापर्यंत..
ही कुणाची कृपा म्हणायची..?

तो कोण विधाता आहे त्याची का आणखी कुणाची...?
तो खूप निष्ठुर आहे असं ऐकलय..
खरं आहे का ते..?
त्याचा जप नाही केला तर शिक्षा देतो तो म्हणे..?
खरं आहे का ते..?
खूप दिवस झाले दिसला नाही तो..
कुणालाच...
कित्येक पिढ्यांपासून..
त्याच्या पुष्पकात काही बिघाड तर झाला नसेल..?
दिसला तर विचारा त्याला..
तो चंद्रावरचा ओहोळ तूच सोडला आहेस का..?
बंद कर म्हणावं आधी..
मला गरज नाही त्याची..?
मी इथं दगडांना साकडं घालणार आहे..
हिमनद्या वाहण्यासाठी आणि उष्णनद्याही...!!

2. लोकर

राखीव ठेवलेल्या त्या कुरणात चरायला गुरं आलीत..
आणि त्यांचे मालक बसलेत पत्ते कुटीत..
आणि ती म्हातारी बघा.. दारोदार हिंडतेय..
चीक वाटत.. घराघरात शिरतेय..
तिच्या म्हशीला रेडा झालाय वाटतं.
तिच्या नशिबाला पेढा आलाय वाटतं.

.

अचानक तिकडं मालकांचं भांडण सुरु झालं...
पत्त्यावरून..
आता चांगलंच आलय ते गुद्द्यावर...
मुद्द्यावरून.

.

इकडे म्हातारीच्या दारात एक मेंढी आलीय..
पांढरी.. लोकरवाली.
अन तिची कुठेतरी हरवली शेळी..
मरतुकडी... भोकरवाली.

.

कुणीतरी समजावलं शेळीपेक्षा मेंढी फायद्याची..
खूप किम्मत आहे लोकरी गाद्यांची..
पण म्हातारीला गुबगुबीत मेंढी नकोय..
मरतुकडी शेळीच हवीय..
म्हातारी काही ऐकेना..

उमेश देवकर

कुणाचाच म्हणणं तिला पटेना..

मुद्दा आता लक्षात आलाय..
नेमका घोळ काय झालाय..
ते भांडत आहेत..
कारण त्यांच्या पत्यात जोकरच नाही.
अन म्हातारीचं म्हणणं आहे..
तिच्या शेळीला लोकरच नाही.

थोडं अजबच आहे..
मजेशीर आणि गजबच आहे.
त्यांना हवा आहे जोकर..
आणि तिला नको आहे लोकर..!!

3. कॉन्ट्रॅक्ट

आंदोलनात पडलेल्या त्या बाटल्या आणि चपला..
तो कॉन्ट्रॅक्टर कुठे बरे लपला..?

.

नाही नाही..
तो नाही जो चहा पितोय तो..
तो बिचारा रोजंदारीवर आहे.

.

लेकरं रडताहेत त्याची..
घरात..
छत नसलेल्या.
आणि बुटीकडे बघताहेत त्या..
भाकरी नसलेल्या.

.

म्हणून रोजंदारीवर आहे तो..
चपला फेकण्याच्या.

आता बिनचपलेचा..
अनवाणी जाईल घरी..
जाताना घेऊन जाईल एक दोन भाकरी.

.

.दुःख एवढंच आहे.. कि..
त्यांनी फेकायला चप्पल तरी द्यायची ना.

उमेश देवकर

ऐकलंय कि..
चपलेचेही वेगळे पैसे मिळाले होते त्याला.

．

जाऊ दे.. लपला असेल कुठेतरी..
त्याला शोधण्यात वेळ जाईल..
तोवर भाकरी वाळून जाईल.

．

त्यालाही आहे खूप टेन्शन..
पोराचं भरायचं आहे डोनेशन.
त्याचं पोरगं पण त्याच शाळेत शिकतय..
ज्याच्याकडून त्यानं चपला फेकायच कॉन्ट्रॅक्ट घेतलंय.
अन नेमकं त्याचंच कर्ज थकलंय..
ज्याच्यावर चपला फेकायचं कॉन्ट्रॅक्ट घेतलंय.

4. नव्यानं जोडुया का?

तो आकाशातील ग्रह ताऱ्यांचा क्रम बदलूया का..?
तो जीवन जगण्याचा भ्रम बदलूया का..?

.

करूया का उलट सुलट सगळी नक्षत्र..
आणि बोलवूया का खाली सगळं पितरं..?

.

धुमकेतूंचे बाण पुरुया का धरणीच्या पोटात..
आणि चांदण्या भरुया का अंगावरच्या कोटात.

.

दुःख, गरिबी, द्वेष, हिंसा..
सोडून देऊया का दूर तिकडे नेपच्यून आणि प्लूटोच्या पुढे..
अन सूर्यावर बसूनच सोडवूया का..
मनातल्या आढी आणि तिढे..

.

सांगा काय करूया...
तुम्ही म्हणत असाल तर सूर्य पण गिळूया...

.

पितरांना म्हणूया राहा तुम्ही इथं..
आम्ही जातो तुमच्या तिथं.
तुम्ही पोवाडे म्हणा दुःखाचे..
आम्ही गातो प्रेमगीतं.

.

उमेश देवकर

काय करूया...असच करूया का?
जगण्यात आलेलं वखवखलेपण सोडुया का..?

तुम्ही म्हणत असाल तर सगळं मोडुया.. तोडूया...
आणि पुन्हा जसं हवं तसं नव्यानं जोडुया का..?

5. माणुसकी

आजकाल मला भूतं दिसतात..
इथं आणि तिथं ही दिसतात.

.

बसतात, बोलतात..
हसतात आणि रुसतातही.

.

मला लावतात लाडीगोडी..
आणि घालतात विचित्र कोडी.

.

बोलतात आम्हालाही या जगात टिकायचय..
माणसाकडून खूप काही शिकायचय.

.

मला मोठा प्रश्न पडतो..
नेमकं काय शिकायचय..?
मी विचारतो.

.

मूर्ख भुतं मला मला म्हणतात..
आम्हाला आहे माणुसकी शिकायची.
मी म्हटलं, वेड लागलंय का..
का चळ लागलेय भिकेची?

.

ऐकत नाहीत, हट्टाला पेटलेत..

उमेश देवकर

नशीब त्यांचं मलाच भेटलेत.

.

मी म्हटलं त्यांना, असं वागू नका..
सुखी संसाराची राखरांगोळी करू नका.

.

माणुसकी आता पुरती आटलीय..
तिची गोधडी तर जागोजागी फाटलीय.
ती आता पुरती गांगरलीय..
स्वार्थानं तिची शाल पांघरलीय.

.

करून घ्याल स्वतःच घात..
बदलून जाईल तुमची जात.

.

सबसे बढियाँ अपना जहाँ..
दिल्या घरी तुम्ही सुखी राहा..!!

6. यक्षांच्या सावल्या

टाहो फोडून झाले..
टाचा घासून झाल्या.
भिका मागून झाल्या..
काहीच उपयोग नाही.
देवळातला देव आम्हाला घावलाच नाही.

.

खूप रडलो..
खूप कुढलो..
पाया पडलो..
काहीच उपयोग नाही.
देवळातला देव आम्हाला पावलाच नाही.

.

पूजा केली
आरती केली
प्रार्थना केली.
काहीच उपयोग नाही.
आमचा भक्तिभाव त्याला कधी भावलाच नाही.

.

आता आता असा प्रश्न पडतोय..
तू खरंच आहेस का लबाडी करतोय?

.

का म्हणून असा दगडाच्या आत दडलाय..

उमेश देवकर

व्याकुळ झालाय भक्त तुझा आता पुरता नडलाय.
तुझ्यावरचा भरोसा आता पुरता उडलाय..
आशेचा सूर्य आता ढगांमध्ये दडलाय.

नको आता ते भंडारे, जत्रा, उत्सव अन यात्रा..
पुरती पडेना आता कुठलीच मात्रा.
नकोच त्या आता जादूच्या बाहुल्या..
कुठेतरी मिळाव्यात यक्षांच्या सावल्या..!!

7. शिळ्या भाकरीचा तुकडा

त्याल-चटणीचा घास, जणू मध आनी साखर,
उभं राहून मी खातो, तळ हाताव भाकर.
पिझ्झा अन् बरगर पायी, न्हाई मोडत मी रोकडा,
सॉस लावून रं खातो, मी शिळ्या भाकरीचा तुकडा.

.

उन्हातान्हात राबतो, काळ्या आईची लेकरं,
रानोमाळीची पाखरं आम्ही, नाही कुणाची चाकरं.
मातीत खपतो तरी अंगाव, व्हाइट लिननचा कपडा,
सॉस लावून रं खातो, मी शिळ्या भाकरीचा तुकडा.

.

धान्या मोत्याची मला ओढ, माझ्या पाचवीला सदा कोडं,
हाता तोंडाचा नेई घास, लै वंगाळ निसुर्गाची खोडं.
पैका नाही गाठीला तरी, नाही पोर माझा लुकडा,
सॉस लावून त्योबी खातो, शिळ्या भाकरीचा तुकडा.

.

सर्जा राजा नाहीत आता, त्यांच्या प्रेमाची रं तहानं,
रानभर उभ्या मशिनरी, अन् दोन टायलींची वहानं.
चारचाकी आली दारी, गेलो इसरून मी छकडा,
सॉस लावून रं खातो, मी शिळ्या भाकरीचा तुकडा.

.

भुईच्या पोटातून निघं, चार इंचाचा रं नळा,
लई कष्ट लई कळा, तवा फुलं उसाचा रं मळा.

उमेश देवकर

राब राबूनी सुकला, माझ्या कारबारनीचा मुखडा,
सॉस लावून रं खातो, दोघं शिळ्या भाकरीचा तुकडा.

नव्या युगाची रं मला आसा, नव्या युगाची रं माझी भासा,
वाड्याच्याच बाजूला एकदिस, बांधीन मी लवासा.
आयनाक्स अन् पीवीआर साठी, पोराबाळांचा रं लकडा,
सॉस लावून रं खातो, मी शिळ्या भाकरीचा तुकडा.

8. हरकत नाही.

ते विष पसरवतील.
पसरवू दे. हरकत नाही.
आपण प्रेम पसरवू.

ते कुभांड रचतील.
रचू दे. हरकत नाही.
आपण सत्य जपू.

ते विखारी होतील.
होऊ दे. हरकत नाही.
आपण विचारी होऊ.
प्रेमाचे, सत्याचे पुजारी होऊ.

9. उसनं पुण्य

जन्माचं ओझं पाठीवर आहे.
स्वप्नांचं गाठोडं डोईवर आहे.

．

कर्माच्या गाडीचं चाक खिळखिळं झालंय.
संचिताचं लोडनं पायात लुडबाडतय.

संघर्ष मोठा आहे, पण काहीतरी गडबडतय.
नशिबाचं जू नको तितकं लडबडतय.
कुठेतरी घोडं अडतंय..
मला वाटतं..
पुण्य थोडं कमी पडतंय.

．

कष्टाला भिणार नाय, लई कष्ट करीन,
पर तुमच्या संगतीनं मला न्याल का?
अजून जोर लावतो सायेब,
पण थोडं पुण्य उसनं द्याल का?

10. प्रश्न आणि उत्तरं

हे प्रिय यक्षा..
मी विचारू का तुलाच तुझे प्रिय प्रश्न..?
देशील का मला उत्तरं..?
का रागावशील
आणि बसशील माझ्याच मानगुटीवर..?
नाहीतरी इथे प्रश्न विचारायचा कायदाच रद्द झाला आहे..
म्हणून म्हटलं.
तुझ्या इथे कसं आहे..?
काही बदल झाला आहे की तसंच चालू आहे..
पूर्वीसारखं.. युगानेयुगे..?
विचारायचे तू प्रश्न..
आणि बाकीच्यांनी द्यायची उत्तरं.

.

बरं, बदलले आहेस का प्रश्न तरी..
का आहेत अजून हि तेच..
घिसेपिटे..?
नसशील बदलले तर..
बदल..
आणि इतरांनाही प्रश्न विचारायची सोय ठेव.
नको करू इथल्या सारखं..!

.

आणि तू स्वतः ला नको समजू साव..

कारण इथे तुझाच आहे प्रभाव.
तुझ्याच पडलेत सावल्या..
यांच्यावर..
म्हणून एकतर्फी प्रश्न विचारायची पद्धत लादलीय
आमच्यावर.
त्यांनी प्रश्न करायचे, आणि आम्ही द्यायची उत्तरं.

पण माहित आहे का तुला..
त्यामुळे काय घडलंय..?
आमच्यापुढे अनंत 'यक्षप्रश्न' उभे राहिलेत.
त्याची उत्तर कोण देणार..?
त्याची उत्तर कदाचित तुझ्याकडेही नाहीत आणि नाहीत
आमच्याकडे ही..
त्यांच्याकडे तर असण्याचा प्रश्नच नाही.

11. नियम बदललेत.

नियम आता सगळीकडेच बदललेत.
एकतर्फी व्यवहार सगळीकडेच सुरु झालेत.

त्यांना प्रश्न विचारायला तुम्ही जाऊ नका..
स्वतःचीच कातडी स्वतःच सोलून घेऊ नका.

ते सांगतील तसं करायचं..
ते म्हणतील तसं वागायचं.
त्यांना पटेल ते बोलायचं..
त्यांना रुचेल ते गायचं.

सगळ्या गोष्टीत स्वातंत्र्य आहे..
फक्त प्रश्न विचारण्याला पाबंदी आहे.
मूर्खांच्या या राज्यात..
हसरी अनागोंदी आहे.

आणि हो..
चुकून जाल त्या यक्षाकडे..
आणि विचाराल एखादा भलताच प्रश्न त्यालाही..
लक्तरं काढेल तो तुमच्या अब्रूची.
कारण नियम आता सगळीकडेच बदललेत.
यक्षांनंही त्यांच्याकडे शिकवण्या लावलेत.

• 20 •

12. प्राकृत व्हा..

एरंड्यांचं पीक खूप वाढलंय..
खुरपणी करायला हवी.
जबाबदार नागरिक आहात..
समृद्ध विचारांची पेरणी करायला हवी.

．

एरंड्या पेरेपर्यंत झोपला होता काय?
एरंड्या लागेपर्यंत उठलाच नव्हता काय?
बेजबाबदारपणाचा हा कळस आहे..
कडू बियांचा हा पळस आहे.

．

थोडं थांबा, विचार करा,
जागृत व्हा..
पुन्हा एकदा, पूर्वी सारखं..
प्राकृत व्हा..!!

13. स्वस्त आहात.

महागाई आणि बेरोजगारीनं त्रस्त आहात..
त्यांच्या लेखी तुम्ही खूप स्वस्त आहात.

कारण अफूची गोळी खाऊन तुम्ही मस्त आहात.
नको त्या गोष्टी करण्यात व्यस्त आहात.

चहूबाजूंनी खडी गस्त आहे आणि तरी..
टोळधाडीनं शिवार सारं फस्त आहे.

जगण्यापेक्षा मरण स्वस्त आहे.
अन तरीही प्रत्येकजण तंदुरुस्त आहे.

14. गाव

गाव तसं चांगलं आहे, पण
राजकारणानं खंगलं आहे.
नेत्यांपुढं रांगलं आहे.
पुरेपूर दुभंगलं आहे.

.

पाडापाडीत गुंगलं आहे.
मारामारीत दंगलं आहे.
भावबंदकीत रंगलं आहे.
एकमेकांपासून पांगलं आहे.

.

भिकेला लागलं आहे.
नोटांना जागलं आहे.
बेबंद वागलं आहे.
देवळापुढं हागलं आहे.

.

करून करून भागलं आहे
अन देवपूजेला लागलं आहे.
गाव तसं चांगलं आहे, पण
वेशीला टांगलं आहे.

15. तुम्हीच सांगा

अंधाऱ्या गुफेत एक अजून एक अंधारी गुफा..
तिच्या आता पुन्हा एक गुफा..
आणि मग तिच्या आत ही.
हे असंच कुठवर चालत राहील..
नाही सांगता यायचं नक्की.

.

मी कुठे आहे..
आत्ता नेमकं.. या स्थितीला..?
कारण माझ्या पुढे एक गुफा आहे..
आणि माझ्या मागे ही.
कुठे आहे मी..
आणि कुठे आहे तू..
नाही सांगता यायचं नक्की.

.

इथं आक्रोश करून फायदा नाही.
आणि प्रार्थना करून ही..
प्रार्थना इथून बाहेर पोहचणार नाही.
कृपा बाहेरून आत येणार नाही.
मग काय करावं..
तुम्हीच सांगा..
'यक्षप्रश्न'

16. मी हत्ती होऊ का?

ढगातला तो पांढरा हत्ती..
आणि त्या बयेच्या टोपलीतली बुत्ती.
मस्त आहे ना..?
किती दिवसातून दिसलाय तो..
आणि ती बुत्ती घेऊन येणारी मुलगी.

त्या तिथे, तिकडे काय गोंधळ चाललाय..?
कोण बरं ते जुनं सतार वाजवतय..
कोण आहे ती मुलगी..?

.

थांब म्हणावं तिला.
नाहीतर सतारीच्या आवाजाने हत्ती जागा होईल..
आणि उधळेल चौफेर.
होईल त्याचं मग..
हरीण किंवा मोर.

.

मग सगळी मजाच जाईल.
ती बुत्तीही नाही लागणार मग गोड..?

शांत राहा, मला हत्तीशी बोलू दे.
यावर्षी तो घेऊन येणार पाण्याचे फवारे..
दूर तिकडून.. मॉरिशस बेटावरून..

यक्षांच्या सावल्या

मला आवडतो म्हणून.
मला आवडतो तिथल्या वाफेचा पाऊस.

.

पाऊस पडला की मग तू सतार वाजव..
तोपर्यंत थांब..
तोवर ही बुत्ती खा.

.

मी हत्तीला बुत्ती देऊ का..?
मी तुझी सतार वाजवू का..?
मी बुत्ती वाटू का?
मी हत्ती होऊ का?

17. परीस

यक्षाला मी एक परीस मागणार आहे..
सोन्याचं लोखंड करण्यासाठी.
चांदीचंही लोखंड करण्यासाठी.
तांब्याचं, रुप्याचं, शिस्याचं..
सगळ्या सगळ्याचं लोखंड करण्यासाठी.

.

मला बंदुका बनवायच्या आहेत त्याच्या..
आणि
लोखंडी रणगाडे..
मोठ्याला तोफा..
शस्त्रास्त्रे..
आणि लांबलचक गोळ्या.
नाही, नाही.. मला कुणाला मारायचं नाही.
आणि युद्ध ही नाही करायचं कुणाशी.

.

असावं जवळ आपलं..
चुकून माखून चौथं महायुद्ध झालं तर..
आत्मरक्षणासाठी.
तिसऱ्या महायुद्धच्यावेळी पाहिलत ना..
कसे हाल झाले आपले.
काहीच नव्हतं आपल्याकडे..
बोंबा मारण्या पलीकडे.

18. तुला समजलं नाही.

त्या बांधावर बसलेल्या म्हाताऱ्याला मी विचारलं..
मी तुला काय देऊ...?

.

तो म्हणाला..
थोडी माती दे..
थोडी खाती दे..
थोडी पाती दे.

.

आणखी काय हवंय...
थोडा वारा दे..
थोड्या धारा दे..
थोडा चारा दे..
उन्हाचा थोडा पारा दे.

.

काय करशील त्याचं..?
त्याची माती करीन..
त्याची खाती करीन..
त्याची पाती करीन.

.

आणखी काय करशील त्याचं?
त्याचा वारा करीन.
त्याच्या धारा करीन..

उमेश देवकर

त्याचा चारा करीन..
आणि उन्हाचा पारा करीन.

.

अरे वेडा आहेस का तू...?
म्हणजे काहीच करणार नाहीस तू?
मी जे दिलं तेच परत करणार..
आणि उगीच म्हणतोस..
मी हे करीन.. ते करीन.

.

म्हातारा म्हणाला..
तुला समजल नाही..
तू एक दिलंस तर मी शंभर करीन..
हजार करीन.. बेसुमार करीन.

19. हत्ती आणि मुंगी

तू पुढे जा हत्ती घेऊन..
मी येतो मागून मुंगीवरून.

पोहचल्यावर घरात जा..
आणि हत्तीला आत घे खिडकीतून.
मी मुंगी झाडाला बांधून..
हळूच येतो फटीतून.

हत्तीला साखर खायला दे पोटभर..
मोठा चमचा भरून.
मुंगीला किती लागतंय..
मी तिच्यासाठी केळी आणलीय गाडी भरून.

हत्तीची अंडी जमा कर..
आणि ठेव पिठात घालून.
मुंगी व्याली कि.. मी देईन तुला..
दोन पिल्लं घरी आणून.

पावसाळ्यात ओढा ओलांडताना..
आधी मुंगीला सोडून ठावं बघ.
आणि मग हत्तीला कडेवर घेऊन..
सावकाश निघ.

उमेश देवकर

आणि दोन म्हणी पक्क्या लक्षात ठेव.
पहिली,
मुंगी गेली अन शेपूट राहिलं.
आणि दुसरी
हत्तीला मुताचा पूर.

20. म्हातारा..

त्या टेकडीच्या पायथ्याला कोण राहतं..
त्या झोपडीत..
माहित आहे का तुला, यक्षा..?

.

जा उठवं त्या म्हाताऱ्याला..
आणि विचार त्याला ही दोन चार प्रश्न.
होऊ दे खडबडून जागा त्याला.
झोप उडू दे त्याची..
येऊ दे त्याला भानावर.

.

सतत असतो झोपलेला.
त्याला माहित नाही का..
शहरांना आग लागायची वेळ आलीय.
शहर भरलीत तुडुंब.
ओसंडून वाहताहेत माणसांनी.
जडत्व आलंय जागोजागी धरणीला..
आणि वजनानं पृथ्वी खचलीय फूट दोन फूट तिथं.
आणि हा इथं झोपा काढतोय..
म्हातारा..!

.

नाही नाही..
तू त्याची बाजू घेऊ नकोस यक्षा.

उमेश देवकर

त्याला जाब विचार..
विचार त्याला तो ही..
जबाबदार आहे कि नाही म्हणून या सगळ्याला.
त्याचा ही रोल आहे की नाही यात..
विचार त्याला खडसावून.
त्याची ही दोन मुलं..
तिथंच सेटल झालीत त्या शहरात.
आणि हा इथं झोपा काढतोय..
म्हातारा..!!

21. प्लिज यक्षा..

कधीतरी फिरत ये यक्षा..
माझ्या शहरात..
रात्रीचा किंवा पहाटे.

.

खूप छान वाटेल तुला..
फक्त त्या फुटपाथवर झोपलेल्या लोकांकडे पाहू नको.
तुला आवडतील इथले रस्ते आणि कमानी..
फक्त त्या रस्त्याकडेच्या झोपडपट्ट्यांकडे लक्ष देऊ नको.

.

जास्त पुढे जाऊ नको..
अह.. तिकडे जरा ती वस्ती आहे.
आणि त्या आवाजाकडे लक्ष देऊ नको..
ती नाईट क्लबस् मधली मस्ती आहे.

.

एका रात्रीत काय काय बघणार तू..

.

पुन्हा ये असाच केव्हातरी.

.

आणि हो तुला काही विचारलच नाही..
थंड गरम..?
काय पाणी हवंय..?

.

उमेश देवकर

ते बघ तिथं वॉटर एटीएम आहे.
त्यातली बॉटल घे.
आणि जाता जाता तेवढे वाहणारे नळ बंद करून जा.
प्लिज यक्षा..!!

22. तू तेव्हा..

यक्षा..
तू तेव्हा जन्माला यायला हवा होतास..
जेव्हा पाच पैशात चार लिमझ्या मिळायच्या..!

.

यक्षा..
तु त्यावेळी जन्माला यायला हवा होतास..
जेव्हा बाया जात्यावर दळण दळायच्या..
आणि आया कुरवड्या तळायच्या..!!

.

यक्षा..
तू त्यावेळी जन्माला यायला हवा होतास..
जेव्हा सकाळ संध्याकाळ आज्या धारा चिळायच्या..
आणि वरसाकाठी उन्हाळ्यात वाकळा पिळायच्या..!

.

खरंच यक्षा..
तू त्यावेळी जन्माला यायला हवा होतास..
जेव्हा आई बापा सोबत..
आजी आणि आत्या फुकट मिळायच्या.

23. पेटंट

त्या मुंग्यांच्या वारूळाचं पेटंट घेणार आहे मी.
मग बघूया कशी बांधतात वारूळं त्या मुंग्या..
त्या असंख्य मुंग्या.

.

किती असतात त्या..
काही प्रमाण..?
कुठून होतेय उत्पत्ती एवढी त्यांची.
काय रात्रंदिवस संभोगातच..
बुडालेल्या असतात कि काय..?

.

जागेची भरमसाठ उपलब्धता..
तर त्यांना प्रवृत्त करत नसेल ना प्रजजनासाठी.
ही बेबंधशाही कशासाठी?
मातीची उपलब्धता अपरिमीत आहे म्हणून कि काय..?

.

आणि मग आम्ही शेती कुठं करायची..?
कुठं बांधायची आम्ही आमची प्रिय प्रार्थनास्थळं..?
आमची खेळाची मैदानं, थिएटर आणि रेसकोर्स कुठे
उभारायचे आम्ही..?

.

मी बंदी घालीन त्या वारुळावर..
उघडयावर राहायला लागलं की कळेल मग त्या मुग्यांना.

यक्षांच्या सावल्या

मग कुठे करतील प्रणय आणि संभोग..?
मग कशी करतील पैदास..
आणखी असंख्य मुंग्यांची..?
आजच अर्ज करणार आहे मी पेटंटसाठी..
आजच..!!

24. गळ आणि मासा

तू का मासे मारतोयस इथं बसून..
तळ्याकाठी..?

.

तुझ्या हातात तो इवलासा एक गळ.
त्याला लावलेली ती खळ.
आणि तुझ्या हातातलं बळ.
कसं होणार..?
किती लागणार त्याला फळ..?

.

एक काम कर..
घरी जा..
आणि त्या अडदुल्ला कडून जाळं घेऊन ये...
मास पकडण्याचं.

.

आणि मग बघ..
निवांत जेवशील आज..
तू आणि तुझं घरदार.
रोज असच कर..
बघ सुखी होईल तुझा संसार.

.

मग एक बोट घे.
खोल समुद्रात जाऊन मासे पकड..

पोती भरून.
अजून मोठा हो..
आणखी बोटी घे.. लोकं कामाला ठेव..
आणि निवांत हो आयुष्य भरासाठी.

आणि मग ये.. एक गळ घेऊन..
मासे पकडण्यासाठी..
टाईमपास म्हणून.
मग लागू दे मासा गळाला..
किंवा न लागू दे..
काहीच फरक पडत नाही.

25. चोवीस कॅरेट

सराफांच्या दुकानात खूप गर्दी झालीय.
साडेतीन मुहूर्तांपैकी एका मुहूर्ताची चाहूल लागलीय.
पेठेत नुसती लगबग झालीय..
आनंदाला भरती आलीय.

.

अंगठ्या, लडी, बोरमाळा, नेकलेस..
किती घेतलेस, किती जोखलेस.
गर्दीनं उच्चांक मोडलाय..
खरेदीनं ही रेकॉर्ड तोडलाय.

.

कुणी घेतल्या नथी, कुणी घेतले डूल..
ती बाई का एकटी फिरतेय कडेला घेऊन मूल..?
पडला आहे पाक तिचा चेहरा..
पोराच्या चेहऱ्याचा रंग आहे गहरा.

.

थोडी लाजतेय, भुजतेय..
दुकानांच्या दाराशी काहीतरी कुजबुजतेय.
दुकानदार दाखवतोय पुढच्या दुकानाची वाट..
तिच्या डोळ्यात भरून येतीय कसलीतरी लाट.

.

तिच्या हातात काहीतरी आहे..
कडेवरचं मुल त्याकडे कौतुकाने पाहे.

काही जोडायला आली आहे का?
काहीतरी मोडायला आली आहे का..?

.

सणासुदीत असते साऱ्यांची चंगळ..
गरिबांचे फिरतात शनी आणि मंगळ.

.

सणासुदीला का बरं काहीतरी मोडतेय ती..
बहुतेक पोराबाळांसाठी संसार जोडतेय ती.

.

काय करायचं ठेवून ते दागिनं जुनं..
तिच्या कडेला आहे की तीचं चोवीस कॅरेट सोनं..!!

रात्र सावल्या

26. यक्षुकी

माणसांना जसा असतो आत्मा..
तसा यक्षांनाही असतो का..?
आणि माणसांचा जसा असतो परमात्मा..
तसा यक्षांनाही गरजेचा भासतो का?

.

माणसात असतो जीव,
तसा असतो का यक्षातही..?
कधी माणसांना येते कीव,
कधी घेतात ते जीव..
असं काही यक्षात चालतं का?

.

माणसात जशी माणुसकी..
तशीच यक्षात काय यक्षुकी..?
माणसा प्रमाणे होतात का ते दुःखी..
आणि असतो का त्यांच्यात..
माणसासारखा ओलावा,
जिव्हाळा अन आपुलकी?

.

माणसांचे जसे... पै पाहुणे अन नातीगोती..
तशाच होतात का त्यांच्यातही दिस आणि राती..

.

माणसा सारखेच असतात का हो..

यक्षांच्या सावल्या

त्यांचे व्यवहार..
आणि त्यातल्या चवल्या-पावल्या.?
माणसा सारख्याच पडतात का हो..
यक्षांच्या सावल्या..?

27. काय नाय केलं?

मी काय नाय केलं..?
सगळं केलं..
.

राज्यं केली..
खुर्ची टिकवली..
माणसं वाकवली..
नोकरशाही कुतवली..
मंत्रिपदं मिरवली...
विरोधकांची जीरवली..
भाकरी फिरवली..
लोकशाही नागवली.
.

अध्यक्षपदं भूषवली..
कंत्राटं मिळवली..
रोजंदारी घटवली..
अनुदानं रुकवली..
पारितोषिकं विकवली.
.

देणी फुगवली...
व्याजं थकवली..
कर्जं बुडवली..
बँक भिकवली.

यक्षांच्या सावल्या

.

जनता दुखवली..
खुळ्यागत पकवली..
पै पै पिकवली..
उभी पिकं सुकवली..
करमाफी चुकवली.

.

अक्षरं गिरवली
पोरबाळं शिकवली..
संधी हुकवली..
नोकरी मुकवली.
बेकारी माजवली.

.

मी काय नाय केलं..?
सगळं केलं..
दुनिया झुकवली..
दुनिया ठकवली.

28. एसी आणि पंखे

ते कार्पोरेट ऑफिसमधले एसी.
त्यांच्याकडे कौतुकाने पाहताहेत..
ते सरकारी ऑफिसमधले जुनाट पंखे.
तेच पंखे..
जे अंगावर कित्येक टनांचा धुळमातीचा मैला घेऊन..
फिरताहेत जीवनभर..
घरघर करत.
कुणालाही अगदी कुणालाही वाटलं नाही..
त्यांना एकदा साफ करावं..
उतरवावं ओझं त्यांच्या अंगा खांद्या वरचं धुळीचं.
एखादया दिवाळीलाही तो योग नाही आला..
ना कि एखाद्या पाडव्याला.

.

सरकारीच दफ्तर ते..
कित्येकांची पायतानं झिजली तिथं येऊन येऊन..
पण त्याचं काम झालं नाही.
त्यासाठीच त्यांची खास ओळख आहे..
माझ्याकडे कोण लक्ष देणार.
ते कागदांचे ढिगच ढीग आणि गठ्ठेच गठ्ठे..
त्यातून दिसणारे ते सरकारी बाबू.
त्यांची वाढलेली पोटं..
आणि पडलेली टकलं.

त्या टकलात स्वतःच चेहरा पाहून...
आणि स्वतःची झालेली दळभद्री अवस्था पाहून..
असं वाटत असेल की नेमकं काय पाप केलंय..
गेल्या जन्मी..
म्हणून या सरकारी दफ्तराच्या उंच अड्याला
लटकवून घेणं..
नशिबी आलंय.

पण ही सरकारी मंडळी का बरं खुश असतील..
या दफ्तरात कामाला लागली म्हणून..?
त्यांना का नको असेल बरं ते..
कार्पोरेट आफिसातलं एसीतलं जीवन..?
का एवढं वावडं असेल त्यांना...
त्यांना त्या एसीतल्या आयुष्याचं..?
त्यांच्या स्वतःच्या घरात एसी लागावे म्हणून..?
काय माहित..?
यक्षप्रश्न...!!

29. विश्वसंदेश

नको जाऊ तिकडे..
वारा जास्त आहे...
कुणीतरी ढगांवर ढग रचलेत तिथे.
पडतील अंगावर आणि होऊन जाशील गुडूप त्यात.
कसल्यातरी कापसाचा म्हणे झेंडा करायचा आहे त्यांना..
आणि लावायचा आहे त्या रचलेल्या ढगांवर..
आकाशगंगेतली ओळखीची खूण म्हणून.
अट्टाहास चाललाय सारा.

•

कुणा बहाद्दराने चार ओळींचा संदेश लिहून दिलाय.
त्यालाच त्यांनी जीवनसंदेश म्हटलंय.
मी पाहिलं होतं त्याला एकदा..
मटक्याच्या अड्ड्यावर...
पैसे लावताना.
आणि जिंकला होता तो त्यादिवशी..
काहीतरी शे दीडशे रुपये.
त्याचाच कापूस घेऊन त्यानं ढग बनवलेत कि काय..?
काय माहित...?
आणि तो जीवनसंदेश विश्वसंदेश करायचा आहे त्यांना.
त्याच्याकडून तो उसना नाही घेतलेला त्यांनी.
त्यालाच ठेवून घेतलाय त्यांनी धर्मगुरू म्हणून.

•

विश्वसंदेश त्यांना तिकडंही पाठवायचाय..
आणि वदवून घ्यायचाय..
एलियन्स कडूनही.

.

तू नको जाऊ तिकडे..
नाहीतर तुलाही ठेवतील ते ढगांना वटकण लावायला..
आणि तू ही हौशीने करशील ते सगळं..
धर्मगुरूच्या सांगण्यावरून.

.

वारा खूप सुटलाय..
तिकडे जाऊ नको..
गप्प बस घरात.

30. तुम्ही कधी असं केलंय का..?

त्या दऱ्यांमधून कसलातरी आवाज येतोय.
कोणीतरी बोलावतय कुणाला.
कोणीतरी साद घालतय...
प्रतिसाद मिळावा म्हणून.
मला कसा कधी ऐकू नाही आला आवाज..?

.

ती त्या वळणावरच्या दगडावर बसलेली म्हातारी..
दिसली का तुम्हाला...?
ती सापडत नाहीये सकाळपासून..?
त्या रात्री तिचे डोळे चमकले होते म्हणे...
मांजरीच्या हिरव्या डोळ्यांप्रमाणे.
तो एकजण आत्ताच सांगत होता मला..
त्यानं पाहिलंय म्हणून..
मला कसे नाही दिसले मग..?

.

डोंगराच्या त्या शिखरावर...
रात्री रक्तफुलं उमलतात म्हणे.
आणि वाहतात नदीप्रमाणे.
त्यातली कमळे वेचून जर हुंगली तरी..
चिरतारुण्य मिळतं म्हणे..

असं ऐकलंय मी.
आणि हे मी जाऊन सांगावं त्या म्हातारीला..
असंही एकजण म्हणत होता त्या दिवशी त्या गर्दीत.
पण मी नाही सांगितलं अजून तरी तिला.

तुमच्या बाबतीत असं कधी घडलंय का..?
तुम्ही ही असं काही ऐकलंय का?
पाहिलंय का?
कुणाला तरी सांगितलंय का?

31. आणखी एक प्रश्न

पिंपळाच्या झाडाखाली रोज येतो म्हणे तो बैल..
रात्रीचा..
पायात चाळ बांधून...
डोंगराएवढा असतो तो..
वाकून येतो पिंपळाखाली.

.

मध्यरात्रीनंतर नाचू लागतो..
थयथय..
त्याचा आवाज घुमतो..
छयछय..
म्हणून कोणी जात नाही रात्री त्या पिंपळाखाली.

.

कुणाचा बरं बैल असेल तो..
कोण सोडत असेल रोज..
आणि का..?

.

आणखी एक प्रश्न..
यक्षा..!!

32. तुमचं काय..?

त्यानंही ऐकला तो आवाज..
घुंगराचा.
जीव भेदरला त्यावेळी डोंगराचा.
यावेळी घुंघरू मेंढराच्या गळ्यात होतं..
त्याला आठवलं असंच घुंगरू त्या बैलाच्या पायात होतं.

.

तो गुपचूप चालत राहिला...
मेंढरु आलं... आडवं गेलं..
दोनचारदा असं झालं..
तो चालत राहिला.

.

मागून हाक आली..
एवढं मेंढरु घेऊन जा कि..
चुकलंय वाटतं..
तुमचच हाय कि...?

.

तो जीव मुठीत घेऊन पळाला..
कुठेही नाही थांबला.

.

आवाज पुन्हा म्हणाला..
एकदा वळून तरी बघ माझ्याकडं.
पण त्यानं तसं केलं नाही...

उमेश देवकर

सरळ पळाला घराकडं.

भिजल्या अंगानं तो घरी आला..
तापानं फणफणला.

बायको म्हणाली..
मागं बघितलं नाही म्हणून वाचला..
माझा नवरा.
मी ही मागं बघणं सोडून दिलंय आता..
तुम्ही ही तसंच करा.

मग सगळ्यांनीच तसंच केलं..
आणि अजूनही करत आहेत.

तुमचं काय..?

33. लौसट आणि गोरख्या

ती लौसट म्हणाली त्याला..
वाचलास यावेळी..
थोडक्यात.
हद्दीच्या बाहेर होतास म्हणून.
पण पुढच्या वेळी नाही वाचणार.

.

घाबरलेल्या गोरख्यानं विचारलं...
सरपंचाला.. आणि पाटलाला.
त्या लौसटनीची हद्द कुठपर्यंत आहे..
सांगा मला..?
दोघंही एकमेकांच्या तोंडाकडे पाहताहेत.
गावानं ही तोंडात घातली बोटं..
कुणालाच काही सांगता येईना.

.

काही दिवसांनी मी पाहिलं त्या गोरख्याला.
दिवसभर मस्त गप्पा झाडत असतो..
त्या तिथे पारावर..
त्या मूर्ख गावकऱ्यांच्या मधोमध बसून.

.

दिवसा हा गप्पा मारतो.. अगदी दिवसभर.
तर मग हा झोपतो कधी..?
मला प्रश्न पडलाय.. यक्षा..!!

34. आवडती विषकन्या

ती माझी आवडती विषकन्या आहे..
अत्यंत आवडती.
तिच्या हातात जो प्याला आहे ना...
काय बरं आहे त्यात..?
तुम्हाला माहित आहेच की...!
हवय का तुम्हाला..?

.

मी पिलय ते पोटभर.
रोज पितो तिच्या हातून..
अगदी रोज.
अंगाची लाही लाही होतेय माझ्या..
आणि तरीही मी पितोय.
मला लत लागलीय त्याची..
माझ्या नसानसांत भिनवलंय तिनं ते..
आणि आता माझं रक्तच झालंय तसं.

.

मीही आता तिच्यासारखाच बनलोय.
आणि आता मी जन्माला घालणाऱ्या..
पुढच्या असंख्य पिढ्यांना देऊ आम्ही ते.
आणि बनवू आमच्या पिढ्याही तशाच.
त्याही मग पुढे तसंच करतील..
करत राहतील..

आणि माझी काहीही तक्रार नाहीये.

विषकन्ये..
पण तो तुझ्या दुसऱ्या हातात अजून एक प्याला आहे..
त्यात काय आहे..?
ते पाज ना मला..
आजकाल तू देतच नाहीस तो कुणाला.
खुपजण नाराज आहेत तुझ्यावर..
काहीजण वर्तमानपत्रात ही लिहायला लागलेत तुझ्या
बद्दल.

परवाच वाचलं एके ठिकाणी...
टीव्ही वरती चांगल्या गोष्टी आणि सत्य बातम्याही
दाखवायला हव्यात म्हणून.
खरं आहे ना... विषकन्ये...!!

35. बघ एकदा असं करून..

विषकन्ये..
एकदा सहज फिरत ये त्या शेतकऱ्याच्या रानात..
जाणून घे त्याच्या सुखाच्या व्याख्या..

कसलीच तक्रार नसलेल्या त्याच्या आयुष्यात..
किती समस्या आहेत पाहून घे जरा.
बांधावरच्या त्या काटेरी बाभळीखाली बैस जरा.
त्या काटेरी बाभळीखाली सुद्धा तुला..
मऊशार पिवळ्या फुलांचा गालीचा सापडेल.
तुझ्या महालातल्या गालीच्यापेक्षाही मऊ.

.

त्या भेडाळलेल्या सऱ्यांच्या भेगांमध्ये डोकावून बघ..
पाताळा पर्यंत खोल खाली गेल्या आहेत त्या.
आख्खी धरणं जरी रिती केली त्यात..
तरी सहज मुरतील.
तरीही डौलदार पिकं येतात त्यामधून..
घाम आणि अश्रूंच्या सिंचनावर.

.

त्याच्या आत गेलेल्या पोटाकडे बघ..
कितीतरी पोटं भरणाऱ्याचं ते पोट आहे.

यक्षांच्या सावल्या

बघ कसं दिसतंय ते...
आणि बाभळीच्या खोबणीत ठेवलेल्या फडक्यातील..
त्या भाकरीचे चार घास खाऊन बघ.
महालातल्या पंचपक्वांन्नाचाच स्वाद येईल तुला त्यातून.
इथूनच येतात तीही पंचपक्वान्न.

तुला छान वाटेल इथं येऊन.
त्यांच्यासाठी काही करता आलं तर बघ विषकन्ये.
एखादा अमृताचा प्याला असेल तुझ्याकडे..
तर पुढच्या वेळी येताना नक्की घेऊन ये.

आणि हो...
जाताना त्या बाभळीच्या चार शेंगा घेऊन जा..
आणि लाव त्यातलं बी तुझ्या अंगणात.
म्हणजे तुला आठवण राहील इथली.
आणि काही पिवळी फुलं वेचून घेऊन जा..
केसांत माळण्यासाठी..
तुझ्या अंगणातील बाभळीला फुले येईपर्यंत.
विषकन्ये.. बघ एकदा असं करून.. नक्की..!!

• 62 •

36. देशील ना उत्तरं..

विषकन्ये...
माझ्या ओळखीचा एक यक्ष आहे..
त्याची आणि तुझी एकदा भेट घालून देतो.
त्याच्याकडे काही प्रश्न आहेत..
त्याची उत्तरं तुला देता येतात का बघ.

.

मला उत्तरं माहित नसलेले..
असंख्य प्रश्न आहेत त्याच्याकडे.
तुला जर उत्तरं देता आली तर बरं होईल.
मला त्या तळ्याचं पाणी चाखायचं आहे.
पण उत्तरा अभावी मी काठावर बसून आहे.. तहानलेला..!

.

आणि माझ्यासारखी असंख्य माणसं..
रानोमाळ हिंडताहेत पाण्याच्या शोधात..
उपाशी.. तहानलेली..
त्यांना ही पाजायचं आहे पाणी.
तू करशील ना मदत..?
तू देशील ना उत्तरं..?

.

नाहीतर असं कर..
त्या तळ्यातलं सारं विष तरी शोषून घे..
तुझ्या ओठांनी..

यक्षांच्या सावल्या

म्हणजे मुक्त होईल ते तळं.
आणि सर्वांनाच पीता येईल त्यातलं पाणी..
पोटभर.

.

विषकन्ये...
असं करशील ना तू...?

37. गुपितं

सृष्टीच्या उदयापासूनच तू आहेस का विषकन्ये...
का मध्येच कधीतरी जन्माला आलीस?

तू पाहिलीत का ती भयाण स्वप्नदृश्ये..
जी घडून गेलीत हजारो लाखो वर्षांपासून इथे..
पण आम्ही पाहिलीच नाहीत.

तू पाहिली असतील तर..
सांग मला त्याबद्दल..
कुणाची चूक होती त्यात..?
कोण दोषी होतं आणि कोण होतं निरपराध..?
ज्यांचा संबंध नव्हता त्याच्याशी..
त्यांचं काय झालं ते हि सांग.
आणि सांग मला अशीच असंख्य गुपितं..
जी पडद्यामागं घडून गेली..
पण ती कुणालाच माहित नाहीत.
कुणी लिहिलीही नाहीत आणि...
सांगितली ही नाहीत.

मला समजणं गरजेचं आहे त्याबद्दल..
आमच्या जीवन जगण्याचा..
मुख्य आधार करून ठेवला आहे..

कुणी तरी तो.
सांग मला..
तूच सांग..
नाहीतर कोण सांगणार मग..?

.

त्या यक्षाला काही विचारायला गेलं..
कि तोच उलट प्रश्न विचारतो..
आणि गप्प करतो.

38. कुंपणं

यक्ष म्हणत होता..
त्या दिवशी मला..
ही सगळी बेटं जोडून जोडून..
एकत्र करायला हवीत.
आणि बनवायला हवा एक प्रदेश.

.

किती कुंपणं उभी केली आहेत..
मध्ये मध्ये..
दर शे पाचशे फुटावर एक कुंपण आहे..
कसलंतरी.

.

त्या पक्ष्यांसाठी बघा आहेत का कुंपणं..
मग आम्हालाच का..?
कित्येकांचं आयुष्य कसं..
एकशे ऐंशी डिग्रीत सीमित करून टाकलंय.
पलीकडं नाही जाता येत..
काहींना अलीकडे नाही येता येत.

.

वारा मात्र सुस्साट वाहतोय..
इकडून तिकडे..
अन तिकडून इकडे.

.

यक्षांच्या सावल्या

मी म्हटलं..
यक्षा..
ती जमिनीवरची कुंपणं टाकशील रे काढून..
पण मनातल्या कुंपणाचं काय?
ती कशी काढशील..?

.

काहीच बोलला नाही..
एका प्रश्नात गारद..
यक्ष..
विषकन्ये..!!

39. भोक

अवकाळी पावसात
आडोश्याला उभा आहे मी यक्षा..
रस्त्याकडेच्या एका पत्र्याच्या शेडात.

.

समोरच्या त्या घरवजा झोपडीत..
त्या पोरांची कसली तरी गडबड चालू आहे..
आणि मी पडलोय कोड्यात.

.

अरेरे..
घर गळतय वाटतं त्यांचं..
घर वाचवायची धडपड खूप अवघड असते नाही..
आणि वय तरी आहे का हो त्यांचं.?

.

किती ही काही केलं तरी ते गळणारच.
मला माहित आहे..

.

भोकं त्यांच्या छताला नाहीत पडलेली..
त्यांच्या आयुष्याला आणि नशीबालाच पडलीत.
काय मुजवणार ती ती पोरं..?

.

मी उगाचच भांडत होतो..
त्या दिवशी.. त्या दुकानदाराशी..

माझा नवाकोरा पावसाळी कोट गळतोय म्हणून.

.

माझ्या नशिबाचं भोक तसं छोटच आहे.. यक्षा..
त्या पोरांच्यापेक्षा..!!

40. भविष्य

त्या बंद मतपेटीत आम्ही नशीब बंद केलंय यक्षा..
त्या उमेदवारांचं..
अन तू म्हणतोयस कि..
आम्ही आमचं भविष्य बंद केलय.

.

काहीतरीच..
काय संबंध यक्षा..?
आम्हाला काय फरक पडतो..
कोण आलं आणि नाही आलं म्हणून.
गेल्यावेळी पाकीट देतो म्हटला..
अन नाही दिलं त्यानं.
आता बघ म्हणावं..!

.

तुला खरंच राजकारण कळत नाही.. यक्षा...
तू अजून खूप मागं आहेस आमच्यापेक्षा..!!

41. निसर्गाची करणी

निसर्गाची करणी
नारळात पाणी..
थेंब थेंब पाणी
तडफडे चिमणी.

.

लडबडली झाडे
फुलं फळांनी..
दारोदार हिंडे
इवलूसी चानी.

.

चौफेर उधळल्या
ममतेच्या खाणी..
उघडयावर हिंडती
तरी छोटुली तान्ही.

.

रात्रंदिन गाती
कष्टाची गाणी..
उपाशी का झोपली
ती शेताची राणी.

42. ममतेची खाण.

तहानलेल्या माणसांत
खुंखारी किती आलीय..
मातीच्या छातीची बघा
त्यांनी चाळण केलीय.

．

इतकी अघोरी का
लागलीय तहान..
मातीच्या पोटात
घुसवताहेत पान.

．

जरा ही नाही राहिली
उपकाराची जाण..
का वेगाने फिरवताहेत
काळजात बाण.

．

अघोरीपणाची सीमा ओलांडे
तुला मानवा मातीची आण..
पाणीच काय राजा..
काळीज ही कापून देईल
ही माती ममतेची खाण.

43. जलपरीची वाट बघत

जलपरीची मोहक खवलं..
त्यावरचे मोत्यांचे आणि पाचुंचे लड..
आणि तिच्या पायाखालची..
चकाकणारी हिऱ्यांच्या चुऱ्याची वाळू.

.

त्या वाळूत थोडीशी शेती करायची म्हटली..
तर येतील का त्यात रत्नजडित द्राक्षं..?
वाळवून सुखवून त्याचे खुसखुशीत मनुके बनतील का.?
वाटायचे आहेत मला ते..
त्या सिग्नलवरच्या गाड्यांच्या..
काचा थपथपवणाऱ्या पोरांना.
मिटतेय बघायची आहे त्यांची भूक..!

.

आणि आली भरगच्च फळं..
तर त्यांची वाईनही बनवायची आहे मला..
मासळीच्या वासाची.
आणि पाजायची आहे त्या प्रेमभंग झालेल्या देवदासांना..
म्हणजे शांत होतील ते पहिल्यासारखे.

.

आणि ती जलपरीच्या अंगावरील झडलेली..
ती मोत्या पाचुंची खवलं गोळा करून..
खलबत्त्यात कुटून..

• 74 •

उमेश देवकर

त्याची भुकटी करून फासायची आहे..
उद्योगधंद्यात बुडालेल्या त्या नव व्यावसायिकांना.
झालंच तर भरून येईल त्यांचीही अपयशाची जखम.

.

म्हणून बसलोय मी इथं..
समुद्रकिनारी.. या तप्त कातळावर.

.

जलपरीची वाट बघत.. यक्षा..!!

44. उष्ण कातळावर..

पाठमोरी बसलेली जलपरी..
आणि तिचे रेशमासारखे लांब सोनेरी केस.
या आभाळात पसरले तर..
शांत गडद होऊन जाईल सावली.
आणि मग ढगांची उरणार नाही गरज.

.

लख्ख सोनेरी सावलीत बसून..
मग प्रेमगीतं लिहायला येईल मजा.
आणि एकदा का ती लिहून झाली की..
मग लिहिन असंख्य देशभक्तीपर गीतं..
सामाजिक पोवाडे..
आणि उद्योजकांना प्रफुल्लित करणारी प्रेरक गीतं.

.

जसजसा सूर्य डोक्यावर येईल..
आणि तळपेल..
त्यावेळी त्या केसांमधून झलकणारी सोनेरी किरणं..
पडतील त्या गीतांवर.
त्यावेळी असंख्य लहरी उठतील..
आणि पृथ्वीभर पसरतील.
भेदून टाकतील आसमंत आणि समुद्र.
अचानक आलेल्या वाऱ्याने मग..
जलपरीचे ते केस उडतील...

उमेश देवकर

विखरतील..
आणि ती त्यांना लपेटून एकत्र बांधेल..
एका वेणीत.
त्यावेळी एक घट्ट विण बांधली जाईल..
प्रेमाची, एका संवेदनशील समाजाची,
देशभक्तीची आणि उद्योजकतेची.
म्हणून मी वाट बघतोय...
त्या जलपरीची..!

बसलोय अजूनही त्या उष्ण कातळावर.. यक्षा..!!

45. गुलाबी मोती

जितका मोठा गडगडाट..
तितका मोठा पाऊस यावा.
थेंबा थेंबातून अवकाळी
गुलाबी मोती पडावा.

.

भरून सारे अंगण..
जश्या गारा पडाव्या.
मोत्यांचे मोठे रिंगण..
जश्या तारा पडाव्या.

.

नशिबाची उघडावी दारे..
असा सोहळा घडावा.
जीव धरणीचा अवघा..
अभाळावर जडावा.

.

घामाचं सिंचून पाणी
कष्टाचा वेलू गगनी चढावा.
हाल सोसल्या जीवाचा..
मुखडा सुखानं हरकावा..!!

46. आशेला जागा आहे.

अजून सगळं संपलं नाही..
आशेला जागा आहे.

.

नको काढायला कुणी कुणाची उणीदुणी..
प्रेम असुद्या मनी.

.

जे झालं ते झालं..
कुणी केलं ते माहित नाही.
ना तुम्ही केलं..
ना आम्ही केलं.
भविष्य आपलं खुलं आहे..
अजून सगळं संपलं नाही..
आशेला जागा आहे.

.

नको ते वितंडवाद जातीजातीत..
अन धर्मधर्मात..
प्रेम आणि मानवता भिनवू..
मनामनात.
विज्ञान अन प्रगतीची.
धरू कास नवी..
उज्वल आपलं भविष्य आहे.
अजून सगळं संपलं नाही..

आशेला जागा आहे..

नकोत ती युद्ध सारी..
देश देश अन् दुनियादारी.
मिटवूया द्वेष अन विध्वंस सारा..
प्रेम, शांती अन प्रगतीचा नारा.
सर्व धर्म महानच आहेत..
पण मानवता सर्वांहून मोठी आहे.
अजून सगळं संपलं नाही..
आशेला जागा आहे..

47. पिंजरा तोडूया ना..

तो तुरुंग..
तुरुंगच तो..
अपराधाविना कोंडलेले ते कैदी..
का केलंय त्यांना बंदी.?

.

स्वातंत्र्याचं मोल कुणाला माहित नाही..
असं तर अजिबात नाही.
मग असं करताना कुणीच कुणाला
रोकलं का बरं नाही.?

.

कैद व्हायला अपराध करावा लागतो..
हा नियम खरा आहे.
पण त्यांनी जन्मच घेतला हा अपराध मानणं..
कितपत बरं आहे.

.

फक्त एकदा..
फक्त एकदा बघा ते चेहरे मनापासून..
झू मधल्या त्या निरागस अपराध्यांचे.
हमसून हमसून रडाल नक्कीच..
समजले दुःख जर त्या बिचाऱ्यांचे.

.

ती लाचारी, ती बेबसी..?

यक्षांच्या सावल्या

आयुष्यभरासाठी नशिबी त्यांच्या..
का दिली आपण ती उदासी..?

तो पिंजरा तोडूया ना आपण..
त्या बिचाऱ्यांना सोडुया आपण.
पाय धरतो मी साऱ्यांचे हवे तर..
उपकार करा हो त्या मुक्या जीवांवर.

48. अदृश्य बासरी

ती जीर्ण होऊन पडणारी असंख्य पिवळी पानं..
त्या रंगीबेरंगी पावसाळी छत्र्या..
हलकासा वारा..
जरासा पाऊस..
आणि कानात वाजणारी अदृश्य बासरी..!!

ऋतू बदलतो..
नव चैतन्याची खुमारी येते..
आणि असंख्य कल्पना मनाला स्पर्शून जातात.

.

वाटते करावी नवी सुरवात..
आयुष्याची..
वाटते धरावी नवी वाट..
स्वप्नांची.

.

ऋतू असाच फुलत जावा..
जीवनाचा मोहर बहरत जावा.
सुंदर लागावी फुलं फळ..
आणि त्याचा कुणाला दुस्वास न व्हावा.

.

असं रंगीबेरंगी.. आयुष्य वाटणीला यावं..
बेधुंद होऊन जगता यावं..

यक्षांच्या सावल्या

मागूया ही खुशी ब्रम्हांडाकडे..
पाठवेल मग ते भरून घडे.
सुख समृद्धीचं स्वप्न पडे..
आनंदी आनंद चोहीकडे.

49. जलपरीच्या खडकावर

यक्षा..
कुठे आहेस तू..?
काय करतोयस...?
एक काम कर..
मला सोडून ये तिथे..
समुद्राच्या मधोमध असलेल्या..
जलपरीच्या खडकावर.

बसली असेल ती निवांत एकटीच तिथे..
तल्लीन होऊन..
त्या शांत सुरमयी वातावरणात.
तिची तंद्री लागली असेल तिथे.

इथे या कर्णकर्कश आवाजाने..
जीव नकोसा झालाय.
आणि तो वाढतच चाललाय.
माझी तंद्रीच लागत नाही इथे..
तल्लीनता तर सोडूनच दे.

मी बसेन तिथं खडकावर...
तिच्या सोबत..
तिच्या मांडीवर डोकं ठेवून.

यक्षांच्या सावल्या

आणि अनुभवेन ती शांतता..
तल्लीन होऊन.. निमग्न होऊन..
जी आम्हाला वारश्यात मिळाली होती.
पण ना जाणो आम्हीच ती नाहीशी केलीय इथं जमिनीवर.

.

मला सोड तिथं.. यक्षा..
जलपरी जवळ..
तिच्या खडकावर..
तल्लीन होण्यासाठी..
अनुभवण्यासाठी...
ती खरी तन्मयता.. ती निमग्नता..
वारशात मिळालेली..!

50. मनगटं घट्ट झालीत.

यक्षा..
तो शेषनाग तू पहिला आहेस का..?
कसा आहे तो..
खूप लांब आहे का..?
आणि आहेत का त्याच्या पाठीवर लांब केस..
पृथ्वी तोलून त्याच्या तोंडाला नाही ना आलेला फेस..?

.

कसा आहे तो..
फणा काढून राहिलाय उभा..
कि बसलाय वेटोळं घालून...?
दमला असेल तर म्हणावं..
श्रमिकांच्या हातावर दे पृथ्वी थोडावेळ काढून.

.

पेलतील ते ती सहज..
त्यांना झालीय आता सवय.
पृथ्वीच्या ओझ्यापेक्षा संसाराचं ओझं भारदस्त आहे.
देशाचं आणि समाजाचं मोल खूप जास्त आहे.
दोन्हींचा तोल त्यांनी व्यवस्थित पेललाय..
आजच नव्हे युगानयुगे सांभाळलाय.

.

खरंच यक्षा..
तू त्याला सांग हे समजावून..

यक्षांच्या सावल्या

आणि बिनधास्त राहा म्हणावं हे सारं सोडून.
हि मनगटं आता घट्ट झालीत.
पृथ्वीच काय अख्ख ब्रम्हांड पेलायला सज्ज झालीत.

संध्या छाया

51. नागमणी

त्या वारुळाच्या बिळाच्या तोंडाशी नागमणी आहे.
मी जाऊन येतो घेऊन.
तो पर्यंत तू एक काम कर.
जेवून झोपल्याचं नाटक कर.
विझव सगळे दिवे.. अन् अंधार कर..
वाटू दे शेजाऱ्यांना हे आता गाढ झोपलेत.

．

माझ्या येण्याची चाहूल लागली तरी..
अंथरुणातून उठू नकोस.
मी दारावर टकटक करणार नाही..
मागल्या खिडकीतून हळूच आत येईन.

．

मला यायला उशीर झाला तर समजून जा..
तो नाग आणि नागीण तिथेच आहेत अजून.
ते गेल्याशिवाय मी मणी नाही आणू शकत.

．

आणि मला रिकाम्या हातानं येताना पाहून..
बैचेन होऊ नको.
मणी माझ्या पोटात असेल.
मी त्याला गिळून टाकेन..
त्या यक्षालाही समजू नये म्हणून..!!

52. पीडा

लख्ख पसरलेला तो प्रकाश..
कशानं झाकू...?
झाकायचं म्हटलं तरी शक्य नाही ते..
मला काहीच कळेना.

.

माझ्या बेडवरती ठेवलेला नागमणी..
आणि त्यातून बाहेर पडणारी ती उष्म किरणं.
माझ्या छतांच्या आणि भिंतींच्यातूनही आरपार चालली आहेत.
नशीब दुनिया झोपली आहे म्हणून..
नाहीतर बोंब उठली असती.

.

काय करू..
एक तर ठेवू का परत जिथून आणला तिथे..?
आणि तोपर्यंत जर ते नागनागीण तिथे आले असतील तर..?
नाही नकोच.

.

मग काय करू..
गिळून टाकू का पुन्हा मघासारखाच..?
पण कितीवेळ ठेवेन मी तो पोटात..?

.

उमेश देवकर

त्याच्या उष्ण झळांनी..
माझं पोट वितळून जाईल एकाच रात्रीत.
मग काय करू..?

.

आता एकच पर्याय शिल्लक राहतो..
यक्षालाच तो देऊन टाकतो.
त्याला तो आयता मिळेल..
अन् माझ्या मागची पीडा टळेल.

53. वाघिणीचं दूध

मेंढराच्या त्या कळपामागे चालत राहिलो..
मेंढरु बनून.
जी मिळाली बुद्धी ती वापरलीच नाही..
राहिलो निर्बुद्ध बनून.

.

लुटलो गेलो, फसलो गेलो..
कोल्हा लांडग्यांची शिकार झालो.
खूप भ्यालो, मेल्याहून मेलो..
अभद्राचा प्रकार झालो.

.

कुणीतरी मग आस दिली..
हम रस्त्याची साथ दिली.
वाघिणीचं मग दूध पिऊनी..
दिली डरकाळी जोर लावूनी.

.

जिरून गेल्या विचित्र वाटा..
विरून गेल्या भयाच्या लाटा.
पाठीमागून सहज पुढे आलो..
कळपाचा म्होरक्या बनलो.

.

वाघिणीचं दूध असं भिनलं..
समृद्धीचं जाळं विणलं..

उमेश देवकर

सुखाचं मग नळ आलं..
वाघाचं बघ बळ आलं..!!

54. वेळ

वेळेची काय किंमत आहे..
वेळेचीच सगळी गम्मत आहे.

इवलसं हत्तीचं पिल्लू अधिक वेळ..
इवलासा घड, घडाआधी फुल आणि मग केळ.

न दिसणार ते बी अधिक वेळ..
मोठा वटवृक्ष आणि पोरांचा खेळ.
सहजीवनाचा वेल अधिक वेळ..
मोठा हत्ती आणि संसाराचा मेळ.

वेळेत खूप गम्मत आहे.
वेळेलाच किंमत आहे.

55. घामाच्या थेंबातून..

जगातले सगळे नागमणी एकत्र करून..
त्यांची एक माळ करावी म्हणतोय.
लोकांची सारी, दुःखं, समस्या..
आणि गरिबीचा जाळ करावा म्हणतोय.

.

इतके नागमणी मिळावे कि..
प्रत्येकाला एक तरी देता येईल.
एका नागमण्याच्या बदल्यात त्यांना..
सातपिढ्यांचं सुख विकत घेता येईल.

.

अक्षरशः पाऊस पडावा नागमण्यांचा..
जसा अवकाळी वर्षाव गारांचा.

.

वाटून झाल्यावर राहिलेल्या मण्यांची..
आणखी एक माळ करावी..
युगानयुगांसाठी ती मानवतेला बहाल करावी.

.

कुठून येतील एवढे नागमणी..
ढगांतून, आभाळातून कि स्वर्गातून..?
नाहीच आले कुठूनही तर मग...
नक्कीच येतील घामातून..
घामाच्या थेंबातून..!!

56. कालचा दिस..

कालचा सूर्यास्त बरा होता...
आणि बरा होता सूर्योदय ही.
तशीच होती रात्र भारी आणि
कालचा दुपार दिवसही.

.

सकाळी पंक्तीत एकत्र जेवलो..
दुपारी मदमस्त भांडलो.
सायंकाळी करमलं नाही म्हणून
रात्री एका गोधडीत झोपलो.

.

सकाळी याने सरी रेटली..
दुपारी त्याने पिकं छाटली.
सुर्यास्ताला ईर्षा आटली..
दोघांत रात्री एकच बाटली.

.

पारावरती राजकारण उगवलं..
मध्यान्हीला छाताड धरलं.
सुर्यास्ताबर आपसूक इरलं..
मध्यरात्री तर गाडून टाकलं.

57. गांधारी

ती डोळे चमकलेली म्हातारी दिसली का कुठे...?
अरे शोधा, शोधा तिला.

.

त्या उतारावरच्या कड्याच्या खाली..
जो झरा आहे ना..
तिथे बसली होती म्हणे.
मी पाहिलं जाऊन..
पण तिथं फक्त पारव्याची पिसे पडलीत.

.

आणि त्या करवंदीच्या जाळीत..
तिच्या लुगड्याचे काही धागे अडकले आहेत.

.

तिच्या हातातल्या काठीवरचा मोतीही..
चमकत नाहीये कुठे?

.

शोधा.. शोधा त्या म्हातारीला..
नाहीतर अनर्थ होईल.

.

ती तिचे डोळे झोपडीच्या बाहेर..
फणसाखाली विसरून गेलीय.
आणि फिरतेय मुक्त हरिणी सारखी.

.

यक्षांच्या सावल्या

शोधा.. शोधा लवकर तिला...
अजून रात्र पडायला वेळ आहे..
तोवरच शोधा.

.

नाहीतर एकदा रात्र झाली तर..
तिचे डोळे पुन्हा उघडणारच नाहीत.
आणि बघता बघता तिची गांधारी होऊन जाईल.

58. खिसे कापू नका..

या खाली पडलेल्या सावल्या तुमच्याच आहेत का..
यक्षांनो..?

.

घ्या उचलून त्या आधी...
आणि वाट मोकळी करा माझी.

.

आणि सांगा त्या उलट्या लटकलेल्या यक्षिणींना..
तुमचे केस येणाऱ्या जाणाऱ्या लोकांना उगीच थटताहेत..
घ्या वर आणि बांधा त्यांचे घट्ट आंबाडे.

.

किती दिवस असे उलटे लटकणार आहात..?
लोकांना अडवून त्यांचे खिसे कापणार आहात..?
बस करा आता..
थांबवा.. हे सगळं.

.

कुबेरानं दिलेल्या त्या हंड्यातली..
दमडीही नको आम्हाला.
घ्या तुम्हालाच ठेवून.
पण आमची वाट अडवू नका.
आणि आमचे खिसे ही कापू नका.

.

जाडजूड बुटक्या यक्षांनो..!!

59. पाहुणचार

यक्षा..
एकदा जेवायला घरी ये..
तुझ्या पाहूनचाराची एक संधी तरी दे.

मी बाहेरच वाढेन जेवायला तुला..
फणसाच्या झाडाखाली बसून..
आत उगा जाशील..
तू गुदमरून.

गरीबाचं घर आहे..
चौकट लहान आहे.
तुला वाकता नाही यायचं..
मला जाण आहे.

उकडलेलं अंडं खातोस ना..
नाहीतर मग दुसरं काहीतरी करेन.
तू काय खातो काय न्हाई..
पण तुझं पोट नक्की भरेन.

चटणी भाकरी कशी वाढू तुला..
बरं दिसत न्हाई.
मोठं काहीतरी करावं म्हणतोय..

उमेश देवकर

पण परवडत न्हाई.

.

बायको म्हणत होती..
येऊ द्या त्यांना..
पण लांबनच निवद दाऊ.
वेडी आहे ती.. मी म्हटलं..
असं कसं..
अगं कुबेराचा तो भाऊ..
आपल्या हातानं घास भरवू.

.

थोडं कमी जास्त होईल..
समजून घे.
अन्न कमी, आणि प्रेम जास्त आहे..
तू उमजून घे.

60. घरट्यातली सोनेरी अंडी.

वाहणारी नदी..
नदीचा तांबडा काठ..
काठावरून जाणारी वाट..
वाटेकडंचं गवत..
गवतातलं ते घरटं..
आणि घरट्यातली ती..
सोनेरी अंडी.

.

आजूबाजूचा चकमक पालापाचोळा..
नदीतून वाहणारा पारा..
गुलाबी करंजीची सावली..
सागरगोट्यांची पायवाट..
अंतराळी वडाच्या रेशमी पारंब्या..
आणि...
आणि घरट्यातली सोनेरी अंडी.

.

काटेरी बाभूळ..
किडकी बोर..
फांदीवरली मरतुकडी सापतुळी..
शिकाऱ्यानं लावलेली वाघर..

उमेश देवकर

आभाळातला बहिरी राक्षस..
आणि..
आणि घरट्यातली सोनेरी अंडी.

.

नाचणारा मोर..
पोहणारा पोर..
चरणारी ढोर..
लपलेला चोर..
जीवाला घोर...
आशेचा दोर..
जीवनाचा जोर..
आणि..
आणि घरट्यातली सोनेरी अंडी.

61. दगडाची उशी

दगडांची करून उशी..
मी झोपून जाऊ का..?
नसलेल्या पांघरुणातून मी..
उठून पाहू का..?

．

ओल्या मातीचा बिछाना..
मी पिळून घेऊ का..?
पहाट कच्चा आवंढा..
मी गिळून घेऊ का..?

．

बोचऱ्या थंडीचा माठ..
मी पिऊन घेऊ का?
फाटक्या गोधडीचा काठ..
मी शिवून घेऊ का..?

．

बोचऱ्या दवात क्षणभर
मी भिजून घेऊन का?
पहाट स्वप्नाच्या साखरेत
मी निजून घेऊ का?

62. साठीतली दुखणी

पाठीतली दुखणी खुप वाढलीत..
साठीतली दुखणी खुप वाढलीत.

.

तिच्या नाहीतर त्याच्या जाण्यानं..
झालंय घर पोरकं.
अन बघताहेत लोक त्यांच्याकडे
जणू एखादं पोर बारकं.

.

त्यांची उणीव आहेच..
ते दुःख खूप खोल आहे.
मनाच्या एका कोपऱ्यात
अजूनही खूप ओल आहे.

.

फांद्या तोडलेली झाडं..
मरत नाहीत, जगतात..
ओशाळलेल्या आणि
केविलवाण्या नजरेनं..
लोकं का त्यांच्याकडे पाहतात..?

.

अधुऱ्या इच्छा आणि स्वप्नं..
आता विकायला काढलीत.
त्यांच्या शिवाय काय मजा..

यक्षांच्या सावल्या

त्यांच्या बरोबरच ती गाढलीत.

एकटं एकटं मरणचं हे..
त्यांनी ही लाकडं आता पुढे धाडलीत.
गाठीतली दुखणी खुप वाढलीत..
साहेब, साठीतली दुखणी खुप वाढलीत.

63. काय करू?

विझलेल्या वाटेवरचे निखारे
गोळा करून काय करू?
आटलेल्या लाटेवरचे शिकारे
गोळा करून काय करू?

.

झिजलेल्या हाडांचे तळहात
बघून मी काय करू?
भिजलेल्या काडांचे पांझरान
बघून मी काय करू?

.

मिटलेल्या अक्षरांची कविता
पुन्हा लिहून काय करू?
उठलेल्या हृदयलहरीत..
पुन्हा न्हाऊन मी काय करू?

.

आटलेल्या डोहात जगून
मी काय करू?
नसलेल्या मोहात मरून
मी काय करू?

64. देव

बुटक्यांच्या त्या राज्यात जायला हवे..
चांगलं आठ पंधरा दिस राहायला हवे.

.

इवलुसी बुटकी..
इवलासा त्यांचा जीवनकाळ..
आठ पंधरा दिस म्हणजे..
त्यांचा चार दोन युगांचा काळ.

.

बुटकी म्हणतील मला..
मरतच नाही हा.
युगान युगे झाली तरी..
सरतच नाही हा.

.

मग ते नक्की म्हणतील..
देव आहे हा.
आपल्या धर्माची..
ठेव आहे हा.

.

त्यांच्या कानाखाली..
जोरात मारीन मी..
माझं ऐकलं..
तरच तारीन मी.

उमेश देवकर

मग मी दावीन माझ्या लीला..
फार अवघड नाही..
अगदी साध्या सोप्या.
त्यांच्याच मर्जीन त्यांना..
आयुष्यभर घालीन टोप्या.

65. पैसा असेल तर..

बुटक्यांनी मला ठेवलंय बांधून..
चिरेबंदी वाड्यात सांधून.

.

येणार आहे आता बुटक्यांच्या राजा..
आणि देणार आहे मला सजा.

.

सजेला मी भीत नाही..
त्याच्या बापाचं मी खात नाही.
देऊन देऊन काय देईल सजा..
उलट मलाच येईल खूप मजा.

.

त्यांचा कायदा तेवढा कडक नाही..
राजवाडे खूप पण साधी सडक नाही.

तरीही मला माझा गुन्हा समजून घ्यायचा आहे..
त्यांचा कायदा काय आहे उमजून द्यायचा आहे.

.

मला माहित आहे माझं न ऐकताच..
ते देणार मला फाशी.
मी ही फेकेन मग..
त्यांच्या पुढे करोडोंच्या राशी.

.

उमेश देवकर

राशी पाहुन बुटके करतील काय?
फाशी सोडा साधे मारतील काय?

बुटके असू दे नाहीतर चुटके..
नियम कुठे बदलत नाही.
पृथ्वी, स्वर्ग वा असो नरक..
पैसा असेल तर काही अडत नाही.

66. उगीच चाललो..

हा माझा प्रवास आहे..
माझ्यापासून माझ्यापर्यंतचा.

वेडावाकड्या वाटेवरचा..
खाचखळग्यांनी भरलेला.

खूप अंतर तोडलं आहे मी..
अजूनही थोडं बाकी आहे.

मी उठलो तेव्हा इथं काहीच नव्हतं.
ना गुलाब होते, ना बगीचा होता..
ना रस्ता होता, ना शहर होतं.

मी चालत राहिलो.. शोधात..
आत्म्याच्या, पूर्णत्वाच्या, सर्वस्वाच्या.

खूप चाललो.. खूप दमलो.
तरीही चालतच राहिलो.
मागं वळून पाहिलं तेव्हा..
सूर्य आग ओकत होता.
अजून खूप ओकणार होता.
माझ्या हातावर आणि अंगावर

ओरखडे उठले होते.
पायांना ठेचा लागलेल्या..
आणि ते रक्तबंबाळ झाले होते.
अंग धूळीनं माखलेलं..
आणि मला तहान लागलेली..
आणि जोराची भूक.

.

माझ्यापुढे दोन पर्याय होते..
पुढे जायचा.. किंवा परत फिरायचा.

.

मी काय केलं..
मी तिथंच थांबलो झाडाखाली..
आणि कविता लिहायला सुरुवात केली.
आणि मला सर्वस्व मिळालं..
मला पूर्णत्व कळालं.

.

मी उगीच चाललो..
मी ते आधीच करायला हवं होतं..
तिथं बसून.
जिथून मी सुरवात केली..
जिथं काहीच नव्हतं..
तिथून..!!

67. निरागस

उठावं सकाळी सकाळी अगदी निरागसपणे..
लहान मुलासारखं.
मन आणि बुद्धी असावी...
शुद्ध.. सात्विक.
विचारांची भेसळ नसावी त्यात..
आणि नसावी तर्कांची सुसंगती.

तर्कच नसावेत..
कुणाबद्दल.. कशाबद्दल.
जे येईलं समोर ते स्वीकारण्यासाठीचं..
असावं आसुसलेपन.
कालची ती मळमळ नसावी..
वर्षानुवर्षांची खळबळ नसावी.

कपटांचा आणि कारस्थानांचा..
तर लवलेश नसावा.
त्यांची आठवण ही न यावी.

दुपारी ही वाटावं..
आत्ताच उठलोय.. जागं झालोय.
आणि तसंच वाटावं रात्रीही..
अगदी झोपी जाईपर्यंत..

उमेश देवकर

निरागस.

आणि त्या निरागसतेतच झोप लागावी..
एखाद्या लहान मुलासारखी..
निरागस...
अगदी निरागस...!!

68. ती बघ ती..

ती बघ ती..
अंधारात दिवा घेऊन चाललीय..
सूर्य पेटवून येईल ती..
उजेड करून येईल ती..
आडव तिला..
रात्र विझवून येईल ती..!!

.

ती बघ ती..
अंधारात दिवा घेऊन चाललीय ती..
चंद्र वितळवून येईल ती..
वितळलेला चंद्र पिऊन येईल ती..
आडव तिला..
स्वतःच चंद्र होऊन येईल ती..!!

.

ती बघ ती..
अंधारात दिवा घेऊन चाललीय ती..
स्वतःच पेटून येईल ती..
पहाट होऊन येईल ती..
आडव तिला..
वाट शोधून येईल ती..!!

69. किरकिर

किर्र्रर्र.. किरकिर..
रातकिड्याची.
काय असेल तिडीक..
पोट तिढ्याची.

.

तिडकीतून करेल काय..?
किरकिरण्याशिवाय पर्याय न्हाय.
कोपरा धरून अडगळीचा..
फडफडण्याशिवाय उपाय न्हाय.

.

चिर्र्रर्र्र.. चिरचिर..
चिरकिड्याची.
अनामिक हुरहूर..
सात पिढ्यांची.

70. व्हिस्की आणि स्कॉच

व्हिस्की आणि स्कॉच महाग हाय साहेब...
मोहाची बी चालल.

गरिबाची दुःख..
तुम्हा लोकांच्या दुःखा म्होरं हलकीच सायेब.
आमच्या धडुतावाणी तशी ती मळकीच कि सायेब.

बगा, ठयाच लागली की..
आमची कळ काय केल्या जातच नाय.
तुमच्यावाणी नाय सायेब..
तुमची ठयास बुटातनं आत यतच न्हाय.

दुःखाचं काय सायेब..
तुमाला बी हाईत आणि आमाला बी हाईत.

तुमची दिसत्यात डोंगरा एवढी..
पण आतनं पोकाळ.
आमची खुजी टेकडी..
पर लोखंडावानी जडशार.

तुमची थंडी गुलाबी..
आमची बोचरी.

तुमचा पाऊस मधाळ.. रसाळ..
आमच्यासाठी काळ..
ऊन तर तुमचंच..
एसीत घुसतच न्हाय.
आन आम्हाला पार जाळून टाकतय.

.

तुमची दुःख सिप सिप घिऊन थांबत्यात सायेब..
आन आमची घटा घटा पिऊन बी उठून बसत्यात.

.

फरक समदयाच गोष्टीत हाय..
न्हाय म्हणून चालत न्हाय.

.

त्यातनं बी घितली असती सायेब..
पर दुःखाच्या मानानं..
व्हिस्की अन स्कॉच महाग हाय.

71. राजकीय बाहुल्या

यक्षांची मैफिल भरलीय झाडांवर..
आणि त्यांच्या सावल्या पडल्यात तळ्यात.
लोकशाहीचाही मेळा भरलाय जगभर..
अन राजकीय बाहुल्या पडल्यात गळ्यात.

.

यक्षांच्या बिनकामाच्या प्रश्नांच्या राशी..
चौफेर पडल्यात खळ्यात.
आन साऱ्या राजकीय बाहुल्या..
बुजगावणी बनून उभ्या आहेत मळ्यात.

.

ती मैफिल बिनकामाची आहे..
आणि त्या सावल्याही.
अगदी तसंच आहे हे राजकारण..
आणि त्यातल्या त्या बाहुल्याही..!!

72. शिकारी आणि हरणं

लालबुंद पिवळीधमक कुरणं...
अन शिकाऱ्याच्या मागावर हरणं.

मध्यान्हीनं जोर गाठलाय..
हळुवार पावलांचा शोर उठलाय.

सावध पावलं हरणांची..
बेसावध नजर शिकाऱ्याची.

निष्पाप शिकारी झोपेत आहे.
विखारी हरणांच्या टापेत आहे.

बंदुकीचा बार ओढील काय?
हरीण शिकाऱ्याला सोडील काय?

ठो ठो ठिकऱ्या..
चौफेर उधळल्या बकऱ्या.

बकऱ्या आता कुरणात आहेत.
शिकारी हरणांच्या चरणात आहेत.

73. बोरं आणि पोरं

रस्त्यानं फिरणारी ती पोरं..
आणि शबरीच्या हातातली बोरं..

बोरामध्ये दडलंय काय?
पोरांसाठी अडलय काय?

बोरामध्ये अळी..
पोरामध्ये कळी..

अळी बनली तक्षक
कळी बनली रक्षक

तक्षक बनून डसेल काय?
रक्षक बनून जपेल काय?

74. अश्वमेध

तो पांढरा घोडा.. त्याचं चौफेर उधळणं..
लगाम नसणं..

.

ते देखनेपन..
रुबाब.. आणि क्षमता.

.

अश्वमेधाची तयारी कोण करतंय.?
जरा कळू द्या तरी..!

.

ठरवल्यात का सीमा..
चौफेर उल्लंघून टाकण्यासाठीच्या...
का सारी पृथ्वी पादाक्रांत करून सुस्साट जायचंय पुढेच..
सूर्यमालेच्या..
आणि अकाशगंगेच्याही पुढे.

.

कुणी रोखणारं भेटेल असं वाटत नाही का वाटेत?
आणि भेटलं तर..?

.

टाकाल ही हरवून त्याला..
पण रोखलं म्हणजेच जेत्तेपद संपलच कि.

.

आणि पुढे जाईल तसं..

मागला लगाम ढिला पडणारच कि.

.

मग कशाला हवाय अश्वमेध..?
घालूया कि लगाम आत्ताच..
त्या पांढऱ्या..
रुबाबदार घोड्याला..!!

.

तेव्हाच जगजेत्तेपन मिरवता येईल..
दिमाखात..
आणि अश्वमेध होईल..
मनात.

75. समुद्र होण्यासाठी..

आटलेल्या डोहातून उठून आकाशाकडं बघावं..
नजर तिरपी करून मग सूर्याला डोळ्यात घ्यावं.
एक दीर्घ श्वास घ्यावा..
आणि तडक चालत सुटावं..
समुद्राच्या दिशेनं..
समुद्र गाठण्यासाठी.

.

नदी तीरावरून चालत राहावं..
ऊन म्हणू नये, वारा म्हणू नये..
पाऊस, थंडी सारं काही विसरून जावं.
फक्त चालत राहावं..
वेगानं..
समुद्राच्या दिशेनं..
समुद्र गाठण्यासाठी.

.

वाटेत आणखी नद्या भेटतील.
ओढे, नाले, तलाव, खंदक भेटतील.
त्यात पोहू नये. त्यास मोहू नये.
फक्त चालत राहावं..
समुद्राच्या दिशेनं..
समुद्र गाठण्यासाठी.

.

यक्षांच्या सावल्या

आयुष्यातलं आटलेपन रोखण्यासाठी..
मिटलेपन थोपवण्यासाठी..
डोहातलं डोहपन संपवण्यासाठी.
समुद्र होण्यासाठी.

सोनेरी सावल्या

76. दहातोंडी रावण

यक्षा..
.

मला रावणाची कहाणी ऐकायची आहे..
त्याच्या तोंडून..
एक नवं काव्य लिहायचं आहे आहे जुन्याला भेदून.

खरं खोटं करायचं आहे एकदाच सारं काही..
काय घडलं, काय नाही.. यात बिल्कुल भेदाभेद करायचा नाही.

त्याला ही एक संधी द्यायला हवी यक्षा..
जरा निरागसच वाटतोय मला तुमच्याही पेक्षा.

मला कळलंय तुमचा ही रोल आहे यात यक्षांनो..
ऐकलंय कि तुमच्यामुळेच सगळं घडलंय भक्षांनो.

त्या बिभीषणाचा मॅटर थोडा बघायचा आहे..
आणि सुग्रीवाचा चॅप्टरही सोडवायचा आहे.

बघूया जरा नेमकी कुणी कुणाची बांधली दावन..
आणि किती खरा आणि किती खोटा दहातोंडी रावण.

77. षडयंत्र

जे घडलय त्याला लांडी लबाडीचा वास आहे.
हा सगळा षडयंत्रांचा इतिहास आहे.

हे चालत आलंय अनादिकाळा पासून..
शांत डोक्यानं पहा एकदा तपासून.

जे लिहलं ते खरं आहे का?
जे मांडलं ते खरं आहे का?

इतिहासाची मोडतोड होतेच हो..
पक्षपातीपणाची खोड होतेच हो.

इतिहासाचा वर्तमानाशी मेळ घालणार कसा?
वर्तमान आणि भविष्याचा खेळ मांडणार कसा?

तेव्हाही होतं षडयंत्र.. आताही आहे षडयंत्र..
युगानयुगे चालत राहील हेच तंत्र.

78. कुणाचे आहे..?

तरंगते जलावरी, तरी बुडते जराशी..
ती नाव कुणाची आहे..?
उन्हात उठते, धुक्यात गोठते..
ते गाव कुणाचे आहे..?

.

कडेवर खेळणारे, उपाशी पळणारे..
ते लेकरू कुणाचे आहे..?
पाणवठ्यावर बसलेले, अन परतवाट चूकलेले..
ते वासरू कुणाचे आहे..?

.

ओसंडून भरलेले अन जुनाट मुरलेले..
ते पेव कुणाचे आहे..?
वेशीवर जमलेले, अन नवसात रमलेले..
ते देव कुणाचे आहेत..?

79. उघडा आनी नागडा

त्या तिथे त्या पारावर..
तो उघडा का बसला आहे..?
त्या तिथे त्या दारावर..
तो नागडा का बसला आहे..?

.

काय समजायचं आम्ही..
तमा नाही ऊन, वारा पावसाची..
का सोडून आलेत गाठोडी
लाज, लज्जा, शरमेची..?

.

विषय नीट समजून घ्या..
तेढ सामाजिक आहे, का घरगुती..?
का दुनियादारी करून झाल्यावर..
आता झाली आहे उपरती..?

.

गेला तो जमाना..
दडून बसण्याची आता रीत नाही.
उघडा असू दे नाहीतर नागडा..
भुतं सोडा, माणसं पण आता भीत नाहीत.

80. दिवट्या दिवट्या नाचू दे.

आवाजाच्या दिशेनं पावलं चालत राहतात.
कुणीच बोलत नाही.
आवाजच आपल्याशी बोलत राहतो.
पण सोबत कुणीच चालत नाही.

.

किर्रर्र घनदाट अरण्यातून जाते पायवाट..
अंधार कमी आणि भयाच्याच सावल्या दाट.

.

मध्यरात्रीची होते मग वेळ..
आणि दिवट्यांचा सुरु होतो खेळ.

.

एकामागे एक दिवट्या चालत राहतात.
थुईथुई करत नाचत राहतात.

.

दूर एका खळ्यावर मग भरतो एक मेळा..
श्वास वाढतो वेगाने आणि लागत नाही डोळा.

.

एकएकाला धरत मेळा जोडत राहतो.
दूरवरून मेळा ओढत राहतो.

.

यक्षांच्या सावल्या

दिवट्यांच्या मेळ्यात घुसायचं नाही.
अघोरी खेळात फसायचं नाही.

दिवट्यांचा खेळ चालू दे..
धरणीमाय हालू दे.

दिवट्या दिवट्या नाचू दे..
दिवसा ढवळ्या पाचू दे.

81. जखमा तर होतातच ना..

जखमा तर होतातच ना..
हातावर.. पायावर..
शरीरावर.

．

जखमा तर होतातच ना..
मनावर.. हृदयावर..
आत्म्यावर.

．

जखमा तर होतातच ना..
व्रणांवर.. ऋणांवर..
प्राणांवर.

．

जखमा तर होतातच ना..
पट्ट्यांवर.. मलमांवर..
खपल्यांवर.

．

जखमा तर होतातच ना..
घावांवर.. वर्मांवर..
जखमांवर.

82. आभाळाएवढा माणूस.

आभाळाएवढा माणूस.
जमिनीवर बसलेला.
जबाबदारीच्या ओझ्याने
थोडा झुकलेला.

.

आभाळाएवढा माणूस..
बांधावर झोपलेला.
उन्हातान्हात मरून
सुर्यागत रापलेला.

.

आभाळाएवढा माणूस
मातीत रुतलेला.
नांगराच्या फाळापरी
जमिनीत घुसलेला.

.

आभाळाएवढा माणूस
नशीबासंगं नडलेला.
दोन हातांच्या जोराव
निसुर्गाशी लढलेला.

.

आभाळाएवढा माणूस
कणसा कणसात दडलेला.

उमेश देवकर

मिरगाच्या धारेसंगं
आभाळातनं पडलेला.

83. ढगांच्या वर

ढगांच्या वर अजूनही ऊन आहे,
ढगांच्या खाली सप्तरंगी धून आहे.

रखरखत्या उन्हात तेजाचं फुल आहे,
शितलशा सावलीत सृष्टीचं मूल आहे.
ढगांच्या वर तप्त ऊन आहे..
ढगांच्या खाली जीवनाची चाहूल आहे.

हळुवार वादळ अन झोंबणारी झड आहे,
अलगद बौछार अन् गारव्याची झूल आहे.
ढगांच्या वर चर्रर्रर्रर्र ऊन...
अन ढगांच्या खाली थेंबांचं डूल आहे.

मन पावसाळी, रान पावसाळी
खंडीभर चिख्खल अन काळीभोर धूळ आहे.
ढगांच्या वर रखरखीत ऊन... तर..
ओल्याचिंब मनात... पेरणीचं खुळ आहे.

प्रियेची आठवण, आसवांची साठवण,
प्रेमपत्रांची पाठवण..
मनाला हूल अन् तणाला भूल आहे.
वर चक्क ऊनच ऊन.. तर खाली..

उमेश देवकर

प्रियेच्या मिठीची.. उबदार वूल आहे.

कुठे भुकेची होळी, खात्या तोंडाची टोळी,
कुठे पोळी तर कुठे गूळ आहे.
वर फक्त रणरणतं ऊन... खाली मात्र..
गळकं छप्पर अन विझलेली चूल आहे.

पावसाळी हवा, शराबी गारवा,
मित्रांची मैफिल अन त्यातच बत्ती गुल आहे.
वर भनभनतं ऊन.. अन् खाली...
अजून एक बॉटल फुल्ल आहे.

मैत्रीच्या जगात मस्तीचा रुल आहे,
यारीच्या ढगात दोस्तीचा पूल आहे.
कसलं ऊन अन् कसलं फुन... खाली..
मित्र आणि मैत्री दोन्ही टूल्ल आहे.

ढगांच्या वर खरंच खूप ऊन आहे
ढगांच्या खाली सप्तरंगी धूनआहे.

• 141 •

84. काळा कातूळ फुटायचा न्हाय.

डोंगरा येवढी छाती माझी..
लोखंडागत दंड..
रात दिन, ऊन पाऊस
तिन्ही ऋतूत न्हाई खंड.

.

जीव खाऊन फुकतो मी
मातीमध्ये श्वासं.
गोड मानून खातो तरी
शिळ्या भाकरीचा घासं.

.

डुईवर माझ्या..
कई डुयांचं जोखड..
माती आणि शिती,
हीच माझी रोकड.

.

कितीबी येऊ दे संकट आन काय..
मातीमधी खडा मी रवुनी पाय
होऊ दे घाव कितीबी कवा तुटायचा न्हाय.
ह्यो काळा कातूळ असा फुटायचा न्हाय.

85. एक जीव दोन ठाय.

एक दगड
खूप रगड..
चिमूटभर माती..
कुणाच्या हाती.

.

ऊन, वारा, पाऊस..
मखमली अत्तराची हौस.
ओला आणि कोरडा
काळा पांढरा कापूस.

.

चिवचिव चिमणी
आभाळाची राणी.
पावसाच्या सरीत
मातीची गाणी.

.

चमचम विजेच्या
चमचम चकरा.
मातीच्या पोटात
क्षणभर नखरा.

.

उन्हाच्या झळा
नाना कळा

यक्षांच्या सावल्या

पाण्यावर पडल्या
पाण्याच्याच झळा.

वाऱ्याचा जोर
जीवाला घोर.
माती आणि आभाळ
दोन्हीतला दोर.

आभाळाचं जमिनीशी
नातं काय..?
एक जीव
दोन ठाय.

86. सात घोडे चौदा पाय.

सात घोडे
चौदा पाय
बाकीच्यांचा
हिशोब नाय.

.

किती काया
किती खाय.
खाली डोकं
वर पाय.

.

कणभर शेंडी
मणभर लेंडी.
इवलूस्या काडीची
जगभर धेंडी.

.

वितभर कोंबा
हातभर खंबा
रातीच्या दिसाला
गावभर बोंबा.

87. ब्र शब्द नको.

विस्तव पोटात
मुकेपन ओठात
ब्र शब्द नको
गर्दीच्या गोठात.

．

पेटलेलं रान
अंगाराचं दान
ब्र शब्द नको
वास्तवाचं भान.

．

वटलेला साग
कटलेला नाग
ब्र शब्द नको
बेअब्रूचा डाग.

．

फाटकी चोळी
दाटकी थाळी
ब्र शब्द नको
नाटकी टाळी.

．

नकोशी साथ
पाटीत लाथ

उमेश देवकर

ब्र शब्द नको
बाईची जात.

४४. सुळावरची पोळी

रात काळी
रात्रीची हाळी
धगधग जीवात
अवसान गाळी.

.

ढगांच्या गर्दीत
बडी आरोळी
कवींच्या मनात
खडी चारोळी.

.

उपाशी घरात
खाणारी टोळी
भरल्या दारात
रिकामी झोळी.

.

सासरची चोळी
अंग अंग जाळी
माहेरच्या भेटीत
मोत्याची बाळी.

.

चंदनाची मोळी
सुळावरची पोळी

उमेश देवकर

सायबाच्या डोक्याला
बंदुकीची गोळी.

89. उन्हाच्या झळा

उन्हाच्या झळा
मरणाच्या कळा
घामाच्या थेंबात
कष्टाचा मळा.

.

हिवाळी रात
थंडीची लाट
जीवनाच्या शालीला
स्वप्नांचा काठ.

.

पावसाचा जोर
जीवाला घोर
ओल्याचिंब राती
ध्येयाचा शोर.

.

काटेरी वाट
वळणाचा घाट
जीवनाच्या प्रवासात
यशाचा थाट.

90. अश्वत्थामा.

अश्वत्थामा...
तू का आहेस अजून जिवंतं?
आणि इतका का आहेस निवांतं?

.

तुझ्या जखमेतून भळभळणारं ते रक्त..
का भळभळतय ते तुझ्याच जखमेतून फक्त?

.

हजारो वर्षांचा काळ..
आणि रक्तानं माखलेलं भाळ..

.

तुडवल्या असशील आतापर्यंत कितीतरी वाटा..
भटकताना रुतला असेल कितीदा काटा.

.

दुर्दैव का काय म्हणतात ते तुझ्या वाट्याला आलंय.
म्हणे तू केलेल्या कर्माचं फळच तुला मिळालंय.

.

पण तरीही ऐकायची आहे तुझी गोष्ट..
का ओढवलं तुझ्यावर हे अनिष्ठ?

.

तुझ्यावर झालाय का अन्याय.?
तुला मिळालेला नाही का न्याय?

.

मित्रा, एकदा इकडे येऊन तू भेट.
नर्मदेच्या तीरावरून सरळ इकडे ये थेट.

बिनधास्त ये..
मलमप्ट्टीची चिंता करू नको.
फक्त एवढंच कर..
सत्य असत्याचा गुंता करू नको.

तुझी गोष्ट तर ऐकायचीच आहे.
पण हेही समजून घ्यायचं आहे..
कि..
तू खरोखर जिवंत आहे..
कि तुला कुणी जिवंत ठेवलं आहे..?

कशासाठी तरी..?

91. कधी होईल मुक्त?

टप टप पडलेले ते रक्ताचे थेंब..
त्यांनी अधोरेखित केलीय एक वाट.

कोण गेलं असेल या वाटेनं..?
आणि कुठे..?

या थेंबातलं रक्त उष्ण आहे अजूनही.
जाणवतेय त्याची धग अजूनही.

खूप लांबून आलेत हे डाग..
आणि खूप पुढे गेलेत पाक.

एका थेंबाभोवती वर्ष पकडलं..
तरी शेकडो शतक होऊन जातील.
युगानयुगांचा हा प्रवास..
खरबो थेंब पडले असतील.

जखम काही भरत नाही.
वनवास काही संपत नाही.

अजूनही पडतंय टपटप रक्त..
कधी संपेल वनवास, कधी होईल मुक्त?

92. तुझी जखम उघडी आहे.

नर्मदा परिक्रमेत
एकदा तरी तू दिसायला हवा.
पुण्य कमी जास्त असलं तरी
तू भेटायला हवा.

.

तुझ्या पावलांचे ठसे..
मी कसे ओळखू..?
तुझा माग मी कुठून
आणि कसा काढू?

.

प्रश्न विचारायचे आहेत तुलाही खूप.
आणि निरखून पहायचं आहे तुझं रूप.

.

पश्चातापदग्ध आयुष्याची पहायची आहे परवड.
मिळाली तर द्यायची आहे तुला एखादी तरवड.

.

शाप फक्त तुलाच नाही.
छोटा मोठा शाप आहे आम्हालाही .

.

तुझ्या जखमेचं कारण साऱ्या जगाला माहित.

उमेश देवकर

आमच्या पापांचे हिशोब मात्र आमच्याकडे नाहीत.

.

फरक फक्त एवढाच आहे..
तुझी जखम उघडी आहे.
आणि आमची..?

93. एक अनामिक वाट.

एक अनामिक वाट..
चालत राहावं..
दूरदेशी.. नव्या प्रदेशी.

खाचखळगे तुडवावेत..
आणि हमरस्तेही.

अनोळख्यांशी बोलावं..
सलगी करावी..
आणि मनात करावं घर त्यांच्या.

तिथल्या मातीचा घ्यावा वास..
आणि तिथलाच खावा घास.

बारा गावचं पाणी प्यावं..
जाताना..
आणि येताना यावं..
दुसऱ्या वाटेनं.

वाचावेत चेहरे..
मनं.. आणि
डोळ्यातल्या भावना.

उमेश देवकर

संस्कृतीची ओळख करावी.
त्यातली महानता भरून घ्यावी.

सात समुद्र पार करून जावं.
आठ खंड पार करून यावं.

आणि मग जोखावं स्वतःला..
तिथं उभं राहून..
जिथून चालायला सुरुवात केली..
ती अनामिक वाट.

94. दगड दगड

दगड पायाला
दगड घराला
दगड विहिरीला
दगड महालाला.

दगडांची देवळं
आणि दगडांचेच देव.
दगडांचेच पार
आणि दगडांचेच पेव.

पहिली शिकार दगडांनीच
हत्यारंही दगडांची
बाण, भाले गोफण
अन चाकं ही दगडांचीच.

वाटायला दगड
कुटायला दगड
फोडायला दगड
आणि चेचायला ही दगडच.

दगडांचीच चूल
दगडांचेच पूल

उमेश देवकर

दगडातच शिल्पं
स्तूप आणि गुफां ही दगडातच.

.

दगडाचीच वाळू आणि
दगडाचीच माती
दगडाचेच होन
दगडाचीच जाती.

.

पाडायला दगड
जोडायला दगड
तोलायाला दगड आणि
खोलायलाही दगडच.

.

दगडाचे किल्ले
दगडाचे मनोरे
दगडांचीच रत्ने
दगडांचीच शिखरे.

.

जिकडे तिकडे
दगडांचेच मोल
दगडाची पृथ्वी आणि
दगडांचेच ग्रह गोल.

95. फायर

ते आले होते
काट्या आणि कुराडी घेऊन..
हा फक्त मंद हसला..
आणि ते निघून गेले.

.

त्यांच्या डोळ्यात अंगार होते..
आणि मुठी आवळलेल्या..
त्याने सहज बघितलं त्यांच्याकडे..
आणि त्यांच्या अंगाराची फुले झाली.

.

काट्या, कुराडी आणि कोयते..
नव्हतेच जाताना हातात..
हार, तुरे आणि शेले..
ते घेऊन गेले.

.

ते ओरडणारच होते त्याच्यावर..
आणि करणार होते हल्ला.
पण तो इतकंच बोलला..
'फायर'.

96. हॅन्डस अप.

मी समुद्रावर गेलो तेव्हा तो तिथे होता.
मायावी शक्तींचा जादूगर.
मी त्याच्या डोळ्यात पाहिलं नाही.
ते एक बरंच झालं.
नाहीतर गेलो असतो त्याच्या मागे मागे चालत.

.

तिने ही नाही पाहिलं त्याला.
तिला माहीतच नव्हतं यातलं काही.
माझ्या डोळ्यात बघण्यात गुंग होती ती.
पण मी उगीच नजर वाळूत खुपसली तेव्हा.
ते एक बरं झालं.
नाहीतर ती ही गेली असती त्याच्या मागे मागे चालत.

.

आम्ही घरी आलो तेव्हा..
तो तिथेच बसला होता पायरीवर.
मी चटकन एवढंच म्हणालो..
'हॅन्डस अप'
आणि तो क्षणात नाहीसा झाला.
मायावी जादूगर.

97. थँक गॉड.. नाहीतर...?

कुठे काय?
काहीच नाही.
मी पाहिलं तेव्हा ते सगळेच बसले होते बार मध्ये.
कुठलीतरी मध्यम प्रतीची दारू रिचवत.
थातूर मातूर गप्पा करत..
आणि हातातल्या सिगारेटी नाचवत.

.

ती आली.
तिनं पाहिलं.
हातातला रुमाल फिरवला.
आणि कुठलासा जादूचा मंत्र म्हटला.
सगळ्यांची उंदर झाली.
पोत्यात भरून ती निघून गेली.
हे सगळं माझ्या समोर घडलं.
मी स्वतः पाहिलं.

.

नशीब त्यावेळी मी घरात होतो,
टीव्ही समोर.
बिअर पीत.
मी पटकन टीव्ही बंद केली.
थँक गॉड.
नाहीतर...?

98. भंडारा

त्यांचं म्हणणं होतं..
मी ही यावं त्यांच्या बरोबर जेवायला..
त्या भंडाऱ्यात..
पण मी नाही म्हणालो.

.

माझ्याकडे यक्ष येणार होता ना जेवायला..
त्यांना ते पटलं नाही.
ते निघून गेले.

.

खरं कारण तर वेगळंच आहे.
तिथं ते जेवतात कुठे?
जेवतच नाहीत.
त्यांची ताटं तर रिकामीच असतात.
ते फक्त खाण्याचे हावभाव करतात.
पोटावरुन हात फिरवतात आणि ढेकर देतात.

.

मला हे कळत नाही.
हा असला कसला भंडारा..?
इथं मी यक्षाला खा खा म्हणून मागे लागतो.
पण माझं ताट संपलं तरी तो फक्त बघतच राहतो.
काहीच खात नाही ताटातलं.

.

यक्षांच्या सावल्या

मग त्याचं ताट ही मीच संपवतो.
आणि मस्त ढेकर देतो.
माझाही आणि त्याचाही.

99. काचेची घरं.

त्यांना सगळ्यांनाच हवी आहेत
काचेची घरं..
चहू बाजुंनी आरपार काचेची.

.

थोडं आश्चर्यच आहे.
पण ते हट्टाला पेटलेत.
पाहिजेत म्हणजे पाहिजेतच.
नाहीतर दंगली करू म्हणताहेत.

.

मी म्हटलं..
अरे वेड्यांनो..
पण त्यांनी मला गप्प केलं.
बोलूच देईनात.
माझा नाईलाज झाला.
मी त्यांना त्याचे दुष्परिणाम सांगणार होतो.
पण..

.

कसं राहतील ते त्या घरात..?
काचेच्या..
पारदर्शक काचेच्या.

.

तरीही मी धाडस करून विचारलंच त्यांना.

यक्षांच्या सावल्या

अरे एवढं तरी सांगा..
का हवी आहेत तुम्हाला काचेची घरं..?

.

तर म्हणाले.. कि..
आम्हाला इतरांच्या घरात वाकून बघायचा कंटाळा आलाय.
त्यांच्या घरात काय चाललय हे दिसायला हवं आम्हाला..
आमच्या घरात बसून.

.

मी काहीच बोललो नाही.
गप्प घरी आलो.
पण सारखा सारखा तोच प्रश्न माझ्या मनात येतोय..
जो आता तुमच्या मनात आलाय.

.

मी माझ्या घराच्या खिडक्यांसाठी लाकडी दरवाजे ऑर्डर
केलेत..
आजच, आताच.

100. यक्षांच्या कविता.

यक्षा..
तुझ्यावर एक कविता करायची म्हणतोय.
जमेल का मला..?
आणि जमली तरी..
आवडेल का तुला..?

．

काय लिहू त्यात..
तुझ्याबद्दल..?
तुझ्या असण्याबद्दल लिहू का?
का लिहू तुझ्या प्रश्न विचारण्याच्या सवयींबद्दल.?

．

काय करू..?
तूच सांग.

．

का असं करूया..
तू सांगत राहा..
एक एक कविता..
आणि मी फक्त उतरून घेईन..
कागदावर त्या साऱ्या.

．

नाव ही छान देऊ..
'यक्षांच्या कविता'

यक्षांच्या सावल्या

.

आणि खाली माझं नाव..!

.

चालेल का तुला..?

.

अरे बोल कि.. गप्प का?

.

यक्षा..? यक्षा..?
गायब..!!

यक्षांच्या सावल्या

101. यत्र तत्र सर्वत्र..

त्या यात्रेत,
उत्सव सुरु होता तिथे..
खूप सावल्या पडल्या होत्या..
जमिनीवर.
भर दुपारी.. ऐन उन्हात.

.

मंदिराच्या, शिखराच्या, माणसांच्या आणि कशा कशाच्या.
त्यातल्याच काही त्यांच्या होत्या..
सावल्या.
पण कुणाला कळलंच नाही.

.

ते युद्ध झालं तेव्हा..
तिथंही पडल्या होत्या..
त्यांच्या सावल्या..
ढगांत.

.

पण भांडण्याच्या नादात कुणाचं लक्षच गेलं नाही.

.

त्या तिथं..
तुम्ही एकांतात बसला होता..
आडोश्याला..

यक्षांच्या सावल्या

शांत, निवांत..
बागेत.. तळ्याकाठी.

．

तेव्हा तिथं ही घुटमळत होत्या त्या सावल्या...
पाण्यात.

．

पण तुम्ही पाहिलंच नाही.

．

कुठे ही जा..
यत्र तत्र सर्वत्र..
पडलेल्या असतातच..
सावल्या..
'यक्षांच्या सावल्या'.

．

दिसतात ही..
पण..
तुम्हाला फक्त ओळखता आल्या पाहिजेत त्या..
'यक्षांच्या सावल्या'.

उमेश देवकर

उमेश देवकर
फिल्म मेकर
चित्रपट निर्माता- दिग्दर्शक

प्रकाशित साहित्य

बियॉन्ड सिनेमा बिहाइन्ड सिनेमा (2014)
द टीव्ही गर्ल (कादंबरी) (2021)
कालिंदीच्या डोहात (काव्यसंग्रह)(2022)
यक्षांच्या सावल्या (काव्यसंग्रह)(2022)

ज़िन्दगी ये तेरी खरोंचे हैं मुझ पर...
या फिर तू मुझे तराशने की कोशिश में है...?

गुलजार साहब

www.ingramcontent.com/pod-product-compliance
Lightning Source LLC
LaVergne TN
LVHW092352220825
819400LV00031B/345